AF747744

പത്മനാഭം

ഒരനുവാചകന്റെ ആത്മകഥ

Padmanabham
Ornuvachakante aathmakadha
Life

Pradeep Perassanur

CHINTHA PUBLISHERS
Thiruvananthapuram

First Edition
August 2021

Typesetting & Published
Chintha Publishers, Thiruvananthapuram

Cover Design
Vinod Mangoes

ISBN : 978-93-90301-69-0

CO - 2998 / 5435

Email: chinthapublishers@gmail.com
Website: www.chinthapublishers.com

Distribution
DESHABHIMANI BOOKHOUSE
H O Thiruvananthapuram 695035

Branch
Head Office Kunnukuzhi • Statue Thiruvananthapuram •
KSRTC Bus Station Thiruvananthapuram
KSRTC Bus Station Alappuzha • KSRTC Bus Station Ernakulam •
Machingal Lane Thrissur • IG Road Kozhikode •
Mavoor Road Kozhikode • NGO Union Building Kannur •
Central Bus Terminal Complex Thavakkara Kannur

പത്മനാഭം
ഒരനുവാചകന്റെ ആത്മകഥ

പ്രദീപ് പേരശ്ശന്നൂർ

ചിന്ത പബ്ലിഷേഴ്സ്
തിരുവനന്തപുരം-695 035

പ്രദീപ് പേരശ്ശന്നൂർ

മലപ്പുറം ജില്ലയിലെ പേരശ്ശന്നൂർ സ്വദേശി. *ചുരുണ്ടടവ്, കമ്പപ്പോൽ* (നോവൽ), *കുളമ്പുമനുഷ്യൻ, അക്കിക്കാവ്, പാസീവ് വോയ്സ്* (ബാലസാഹിത്യം) തുടങ്ങിയവ ഇതര കൃതികൾ. *ചുരുണ്ടടവിന്* സാഹിത്യപ്രവർത്തക സഹകരണസംഘത്തിന്റെ കാരൂർ നോവൽ പുരസ്കാരം ലഭിച്ചിട്ടുണ്ട്. പറവൂർ സാഹിത്യവേദിയുടെ പുല്ലാർക്കാട് ബാബു ബാലസാഹിത്യപുരസ്കാരവും ബാലുശ്ശേരി സർഗ്ഗവേദിയുടെ കഥാപുരസ്കാരവും നേടിയിട്ടുണ്ട്.

ഭാര്യ : സ്മിത
മകൾ : അക്ഷര
വിലാസം : പ്രദീപ് പേരശ്ശന്നൂർ
അക്ഷരം ഹൗസ്
പേരശ്ശന്നൂർ. പി.ഒ
മലപ്പുറം - 679571
ഫോൺ : 9447536593
ഇമെയിൽ : pradeepperassannur@gmail.com

ഉള്ളടക്കം

സമർപ്പണം

അതുല്യകഥാകാരൻ ടി പത്മനാഭന്.

പ്രസാധകക്കുറിപ്പ്

അസ്വസ്ഥമായ ഒരു മനസ്സിലേക്ക് ഒരു കഥ വന്നു വീഴുന്നു. ആ എഴുത്തുകാരന്റെ മറ്റു കഥകൾ തേടിപ്പിടിച്ചയാൾ വായിക്കുന്നു. അയാൾ വേറൊരാളായി മാറുന്നു. അപൂർവ്വമായി മാത്രം സംഭവിക്കുന്ന ഒന്നാണിത്. എഴുത്തുകാരനും വായനക്കാരനും ഒന്നായിത്തീരുന്ന ഒരു തലം ഉരുവംകൊള്ളുന്നു. ഈ പുസ്തകം യുവ എഴുത്തുകാരനായ പ്രദീപ് പേരശ്ശനൂർ ടി പത്മനാഭൻ എന്ന കഥയുടെ പെരുന്തച്ചനു സമർപ്പിക്കുന്ന ആദരവാണ്. വളരെ കൗശലപൂർവ്വം തന്റെ ആത്മഗതങ്ങളെ ഒരു കഥാകൃത്തിലേക്കും അദ്ദേഹത്തിന്റെ എഴുത്തുകളിലേക്കും സന്നിവേശിപ്പിക്കുക എന്ന അത്യപൂർവ്വതയാണിവിടെ സംഭവിക്കുന്നത്. സ്വന്തം ജീവിതകഥ ഒരെഴുത്തുകാരന്റെ കഥകളുമായി കൊരുത്തെടുക്കുക! ടി പത്മനാഭൻ എന്ന എഴുത്തുകാരൻ എങ്ങനെയാണ് മറ്റുള്ളവരെ പ്രചോദിപ്പിക്കുന്നത് എന്നതിന്മേലുള്ള പഠനം കൂടിയാകുന്നു അത്യപൂർവ്വമായ ഈ രചന. ടി പത്മനാഭൻ എന്ന എഴുത്തുകാരന്റെ രചനകളെ ഗ്രന്ഥകർത്താവ് ആന്തരികവൽക്കരിക്കുന്ന പ്രക്രിയയിൽ മാത്രം ഒതുങ്ങുന്നതല്ല ഈ പുസ്തകം. ഒരു എഴുത്തുകാരൻ പിറവിയെടുക്കുന്ന പശ്ചാത്തലവും തീക്ഷ്ണജീവിതാനുഭവങ്ങളും ഇതിൽ ഉൾച്ചേരുന്നു. ഒരു എഴുത്തുകാരനിൽ തന്റെ വായനാലോകം മാത്രമല്ല താൻ ജീവിക്കുന്ന കാലഘട്ടവും എങ്ങനെ സ്വാധീനഘടകങ്ങളായി വർത്തിക്കുന്നു എന്നും ഈ രചന വ്യക്തമാക്കുന്നുണ്ട്.

ചിന്ത പബ്ലിഷേഴ്സ്

അവതാരിക

ജീവിത പക്ഷത്തുനിന്നുള്ള സ്നേഹനിർഭരമായ ക്ഷണക്കത്തുകൾ

എം എം നാരായണൻ

എഴുത്തുകാരുടെ അനുഭവങ്ങൾ പെറ്റ പൈതങ്ങളാണ് കഥകളെന്നു പറഞ്ഞാൽ തെറ്റില്ല. ബാല്യത്തിലെ, കൗമാരത്തിലെ, യൗവനാരംഭത്തിലെ ഒക്കെ കയ്പും മധുരവും കലർന്ന ഓർമ്മകൾ ഒരു കഥാകൃത്തിന് അവലംബമാകുന്ന അമൂല്യ നിക്ഷേപങ്ങളാണ്. അനുഭവങ്ങളെ സർഗ്ഗാത്മകമായി സംസ്കരിച്ച് വിവിധ സാഹിത്യ രൂപങ്ങളുടെ വേഷത്തിൽ അരങ്ങിലെത്തിക്കുന്നതിനു പകരം, ആത്മാനുഭവങ്ങൾ, പിറന്നപടി, ഒരു എഴുത്തുകാരൻ സ്വയം വേണ്ടത്ര വെളിപ്പെടുകയും വിളിപ്പെടുകയും ചെയ്യും മുമ്പേ തുറന്നുപറയാൻ തുനിയുന്നത്, തികഞ്ഞ സാഹസികതയാണോ, മുതിർന്ന താൻപോരിമയാണോ എന്ന് തീർച്ചപ്പെടുത്തേണ്ടത് കാലമാണ്. ഏതായാലും കളി തുടങ്ങുമ്പോൾതന്നെ കൈയിലുള്ള കാർഡുകൾ മുഴുവൻ മലർത്തിക്കാട്ടുന്നത് ഒരു കൈവിട്ട കളിയാണ്. അത്തരം ഒരു കൈവിട്ട കളിക്ക്, തന്റെ കഥാകഥനകലാ ജീവിതത്തിന്റെ പ്രഥമ ഘട്ടത്തിൽത്തന്നെ പത്മനാഭം എന്ന ഈ ആത്മകഥാഖ്യാനത്തിലൂടെ പ്രദീപ് പേരശ്ശനൂർ മുന്നോട്ടുവന്നിരിക്കുന്നു. സർഗ്ഗയൗവനം എപ്പോഴും ഒഴിഞ്ഞു മാറിപ്പോകുന്ന വഴിയിലൂടെ സഞ്ചരിക്കാൻ അയാൾ ധൈര്യം കാട്ടിയിരിക്കുന്നു.

വൈയക്തികവും സാമൂഹ്യവുമായ പുരോഗതിയുടെ ഇന്ധനം, അംഗീകാരത്തിനുവേണ്ടിയുള്ള ആഗ്രഹമാണെന്ന ഒരു മതമുണ്ട്. നാട്ടിൽ ആരും അംഗീകരിക്കാത്തവർക്കുപോലും വീട്ടിൽ പരിഗണനയുണ്ടാകും. എന്നാൽ പ്രദീപിന് വീട്ടിൽപ്പോലും അംഗീകാരം ലഭിക്കാത്ത, നിരന്തരം അപഹസിതവും അപമാനിതവുമായ ബാല്യമാണ് ഉണ്ടായിരുന്നത്. കൺവെട്ടത്ത് കണ്ടാൽത്തന്നെ അച്ഛൻ പഴിയും തെറിയും പറയാൻ തുടങ്ങും. നന്നാവില്ലെന്നും ഗുണം പിടിക്കില്ലെന്നും ശപിക്കും. അച്ഛന്റെ

ഈ അകാരണമായ ശകാരങ്ങൾ കേട്ടാൽ, നിസ്സഹായത കൊണ്ടാകാം, അമ്മയും മൗനം ഭജിക്കുകയാണ് പതിവ്. എന്നും വൈകിട്ട് മദ്യപിച്ച് വീട്ടിലെത്തുന്ന അച്ഛന്റെ തല്ലിനും തെറിക്കും അമ്മയും ഇരയായിരുന്നു. ഒട്ട് മുതിർന്നപ്പോൾ, അച്ഛന്റെ അതിക്രമങ്ങളിൽനിന്ന് അമ്മയെ രക്ഷിക്കാനുള്ള ചുമതല പ്രദീപ് സ്വയം ഏറ്റെടുക്കുന്നുണ്ട്. അതോടെ, അച്ഛന് തന്നോടുള്ള വെറുപ്പും വിരോധവും ഇരട്ടിക്കുകയും ചെയ്തു. ഇങ്ങനെ ഒരു തുള്ളി വെള്ളത്തിനും, ഒരിറ്റു വെളിച്ചത്തിനും ദാഹിച്ചുപൊരിഞ്ഞ, നിസ്സഹായവും ഏകാന്തവുമായ ബാല്യകൗമാരങ്ങളാണ്, പ്രദീപ് പേരശ്ശനൂർ എന്ന എഴുത്തുകാരനെ സൃഷ്ടിച്ചത്.

മതിയായ പഠിപ്പോ പഠിപ്പിനൊത്ത തൊഴിലോ ലഭിക്കാതെവന്നപ്പോൾ, ഒരു വാക്കുകൊണ്ടോ, നോക്കുകൊണ്ടോ പ്രോത്സാഹിപ്പിക്കില്ലെന്നുറപ്പുണ്ടായിട്ടും തന്നെ വെറുക്കുന്ന അച്ഛന്റെ കൈയാളായി വാർപ്പുപണിക്ക് പോകാൻ തുടങ്ങിയത് ജീവിതത്തിൽ സുപ്രധാനമായ ചില ഗതിമാറ്റങ്ങൾക്ക് ഇടവരുത്തുകയുണ്ടായി. 'എന്തൊക്കെ സഹിക്കേണ്ടിവന്നാലും ഈ പണി പഠിച്ചെടുക്കു'മെന്നും, അങ്ങനെ 'അച്ഛനോളം പോന്ന ഒരു പണിക്കാരനായി' തീരുമെന്നും പ്രദീപ് സ്വയം ഉറപ്പിക്കുന്നു. അച്ഛന് പെരുന്തച്ചൻ കോംപ്ലക്സ് ആണെങ്കിൽ മകനിൽ ഈടാർന്നുവായിച്ചത് 'ഈഡിപ്പസ് കോംപ്ലക്സ്' ആയിരുന്നു. ഒടുവിൽ അച്ഛൻ വയ്യെന്നു പറഞ്ഞ് ഒഴിവാക്കിയ ജോലികൾ, 'ഉയരം കയറി സാഹസികമായി ചെയ്യുന്ന ജോലി'കൾ, മകൻ ഏറ്റെടുത്ത് വിജയിപ്പിക്കാൻ തുടങ്ങി. മകന്റെ ഈ ഉയർച്ചയ്ക്ക് സമാന്തരമായി അച്ഛന്റെ തകർച്ചയും സംഭവിച്ചുകൊണ്ടിരുന്നു. പണിസ്ഥലത്തുവെച്ച് അപകടം പറ്റിയ അയാൾക്ക് തനിക്ക് ഒഴിവാക്കാനാവാത്ത ഒരു കുപ്പി മദ്യത്തിനുപോലും നിത്യവും മകനെ ആശ്രയിച്ചു കഴിയേണ്ടിവന്നു. ഒടുവിലയാൾ ആത്മനിന്ദയിൽ നീറുന്ന ജീവിതത്തിന് സ്വയം അറുതി വരുത്തുന്നു. അച്ഛൻ ഇങ്ങനെ അപ്രതീക്ഷിതമായി ആത്മജീവിതം മുടിച്ച് കടന്നുപോയപ്പോഴാണ്, തന്റെ ഉള്ളിൽ താനറിയാതെ കുടിപാർക്കുന്ന പിതൃഹന്താവിനെ പ്രദീപ് കണ്ടുമുട്ടുന്നത്. 'അച്ഛനോടുള്ള സമീപനത്തിൽ എന്റെ ഭാഗത്ത് തെറ്റുപറ്റി' എന്ന ഏറ്റുപറച്ചിലിൽ ഈ തിരിച്ചറിവിന്റെ വേദന വിങ്ങുന്നുണ്ട്.

അച്ഛൻ അപ്രതീക്ഷിതമായി അരങ്ങൊഴിഞ്ഞപ്പോൾ ജീവിതത്തിന് ലക്ഷ്യവും അർത്ഥവും നഷ്ടപ്പെട്ട പ്രതീതിയാണ് പ്രദീപിനുണ്ടായത്. ആയ കാലത്ത് അച്ഛൻ തനിക്ക് തരാതെപോയ സ്നേഹവും പരിഗണനയും, ആവോളം തിരിച്ചു നല്കി പകരം വീട്ടാനുള്ള പദ്ധതിയാണ് പൊളിഞ്ഞു പോയത്. ജീവിക്കണമെന്ന മോഹംതന്നെ വറ്റിപ്പോയി. മദ്യമോ, മനോരോഗചികിത്സകരുടെ മരുന്നുകളോ ഒന്നും മനഃസമാധാനം തന്നില്ല. പണിക്കാർ വരാത്തതുകൊണ്ട് വീണുകിട്ടിയ ഒരൊഴിവുദിവസം പട്ടണത്തിൽ ഉഴന്നുനടക്കുന്നതിനിടയിൽ മഴ പെയ്തപ്പോൾ അരികിലുള്ള ഒരു കടയിലേക്ക് കയറി നില്ക്കേണ്ടിവന്നു. അത് 'ലൈറ്റ്നിങ്'

എന്നപേരുള്ള ഒരു ബുക്ക്സ്റ്റാളായിരുന്നു. പുസ്തകങ്ങൾ അവയുടെ വായനക്കാരെ കാത്ത്, അവരുടെ പ്രണയസ്പർശം കൊതിച്ച് ചില്ലല മാരകളിൽ തിക്കിത്തിരക്കുന്നു! കൂട്ടില്ലാത്ത തനിക്ക് ഈ പുസ്തകങ്ങൾ കൂട്ടുകാരാവുമോ? കൂരിരുട്ടിൽ ഒരിടിമിന്നൽ! വരണ്ട മനസ്സിൽ മഴപ്പെ യ്ത്ത്! ആ പുസ്തകക്കൂട്ടത്തിൽനിന്ന് എന്തുകൊണ്ടോ ടി പത്മനാഭന്റെ *കാലവർഷം* എന്ന കഥാസമാഹാരമാണ് പ്രദീപ് 'സെലക്ട്' ചെയ്തത്. ആ പുസ്തകമെടുക്കാൻ പ്രത്യേകിച്ച് കാരണമൊന്നുമില്ല. പത്മനാഭൻ എന്ന എഴുത്തുകാരനെപ്പറ്റി അതിനുമുമ്പ് താൻ കേട്ടിട്ടുപോലുമില്ല. *കാലവർഷ*ത്തിലെ എല്ലാ കഥകളും, അപൂർവ്വമായ അനുഭൂതികളാണ് സമ്മാനിച്ചത്. തനിക്ക് മോക്ഷം തന്നത് ആ പുസ്തകമാണെന്ന് പ്രദീപ് എഴുതുന്നുണ്ട്. അതിലെ 'ശവദാഹം' എന്ന കഥ തന്റെ തന്നെ കഥയായി പ്രദീപിന് അനുഭവപ്പെടുന്നു. മറ്റാരും അറിയാതെ താൻ കൊണ്ടുനട ക്കുന്ന ഉള്ളുരുക്കത്തിന് ഉപശാന്തി ഏകാനുള്ള ഔഷധവീര്യമാണ് പത്മ നാഭന്റെ ആ കഥ പകർന്നേകിയതെന്ന് പ്രദീപ് ഓർക്കുന്നു. തുടക്കത്തിൽ സൂചിപ്പിച്ചപോലെ, പരകഥകളെന്ന വ്യാജേന ഏതെഴുത്തുകാരനും എഴു തുന്നത് ആത്മകഥകളാണ്. എന്നാൽ അത് സ്വന്തം കഥയായി വായ നക്കാരന് അനുഭവപ്പെടുന്നിടത്ത് കഥയ്ക്ക് ചിറക് മുളയ്ക്കുകയും അതൊരു കലാസൃഷ്ടിയായിത്തീരുകയും ചെയ്യുന്നു. മാക്സിം ഗോർക്കി യുടെ *അമ്മ* വായിച്ചപ്പോൾ അതിലെ നായകനായ 'പാവെലു'മായി പ്രദീപിന് നിഷ്പ്രയാസം ഐക്യപ്പെടാനാവുന്നുണ്ട്. പാവെലിന്റെ പിതാവും തന്റെ അച്ഛനെപ്പോലെ മദ്യപാനിയായിരുന്നു. തുച്ഛമായ കൂലിക്ക് കഠിനാദ്ധ്വാനം ചെയ്തുവന്ന അയാളുടെ ഉള്ളിലെ അമർഷവും കലാപവാസനയുമാണ്, അമിതമദ്യസേവയിലൂടെ അയാൾ ഒഴുക്കിക്കള ഞ്ഞിരുന്നതെന്ന്, ഒരു കമ്യൂണിസ്റ്റായിത്തീർന്ന പാവെൽ തിരിച്ചറിയു ന്നുണ്ട്. കഥയിലെ ഈ സന്ദർഭം തന്റെ അച്ഛനെയും പുതുവെളിച്ചത്തിൽ നോക്കിക്കാണാൻ പ്രദീപിന് പ്രേരകമാവുന്നുണ്ട്. 'അന്നേരം എനിക്കെന്റെ അച്ഛനോട് അതിയായ ഇമ്പം അനുഭവപ്പെട്ടു' എന്ന് പ്രദീപ് എഴുതുന്നു. സ്വപിതാവിനെ തിരിച്ചറിയാനും അദ്ദേഹത്തെപ്പോലെയല്ലാതെ ഒരു ജീവിതം ജീവിക്കാനും പാവെലിന് കഴിഞ്ഞത് അയാൾ കമ്യൂണിസ്റ്റായ തുകൊണ്ടാണെന്നും, അച്ഛന്റേതുപോലെ മദ്യത്തിൽ ആണ്ടുപോകുമാ യിരുന്ന തന്റെ ജീവിതം വീണ്ടെടുത്തു തന്നത് സാഹിത്യപുസ്തകങ്ങ ളുടെ വായനയാണെന്നും പ്രദീപ് കരുതുന്നു.

പ്രദീപിന്റെ ജീവിതം വിടർത്തിയത് വായനയാണെങ്കിൽ അതിനെ വാസനിപ്പിച്ചത് എഴുത്തായിരുന്നു. പതിവുപോലെ പുഴയിലെ തണുത്ത വെള്ളത്തിൽ ഏറെനേരം മുങ്ങിക്കിടന്ന് കുളിച്ചുകയറുമ്പോൾ പതിവി ല്ലാത്തൊരു ചിന്ത, സ്വയം എഴുതിയാലെന്താണെന്ന വിചാരം, മുളപൊ ട്ടുന്നു. അപ്പോൾ അക്കരെ പള്ളിയിൽ നിന്നുയർന്ന ബാങ്ക്വിളി ഏതോ ദേവനിയോഗം പോലെത്തോന്നി. പിന്നീടങ്ങോട്ട് നിരന്തരം എഴുതിക്കൂട്ടി. എഴുത്തിന് ചിലപ്പോൾ നീണ്ട ഇടവേളകളുണ്ടായി. എന്നാൽ വായനയ്ക്ക്

ഇടവേളയില്ലായിരുന്നു. 'ഒന്നോ രണ്ടോ ദിവസം ഭക്ഷണമില്ലാതെ കഴിച്ചു കൂട്ടാം പക്ഷേ, വായിക്കാനൊന്നുമില്ലാത്ത അവസ്ഥ' പ്രദീപിനാലോചിക്കാൻ വയ്യ. സാഹിത്യം അയാൾക്ക് ജീവവായുപോലെ!

പരഹനനത്തിനും ആത്മഹനനത്തിനുമുള്ള, പ്രത്യക്ഷമോ പരോക്ഷമോ ആയ വാസനകൾ - 'സാഡിസ'വും 'മസോക്കിസ'വും-പരസ്പരം കെട്ടുപിണഞ്ഞാണ് മനുഷ്യ ചേതനയിൽ കുടിപാർക്കുന്നത്. പ്രദീപിന്റെ അച്ഛൻ ആത്മഹത്യ ചെയ്യുന്നു. ഈ ആത്മകഥാകാരൻ തന്നെ സ്വന്തം ജീവിതം സ്വയം ഒടുക്കിക്കളയാൻ പലവട്ടം വിചാരിച്ചു പോകുന്നുണ്ട്. 'എം ജി ആർ' എന്ന വിളിപ്പേരുള്ള തമിഴനായ നിർമ്മാണതൊഴിലാളി മരണത്തിന്റെ മഹാഗുഹയിലേക്ക് തന്നെത്തന്നെ വലിച്ചെറിയുന്ന ഒരു ഉപകഥ ഈ പുസ്തകത്തിലുണ്ട്. അപരിഹാര്യമായ പ്രതിസന്ധികളുടെ മുന്നിൽ മനസ്സിന്റെ സന്തുലനം നഷ്ടപ്പെട്ടവർക്ക് അഭയം മരണമാകുന്നത് സ്വാഭാവികം. ഏതായാലും ആത്മഹത്യാ മുനമ്പിലേക്ക് നീളുന്ന പാതകൾ ജനനിബിഢമാവുകയാണ്! ഈ പുസ്തകം മരണത്തിന്റെ കക്ഷിയിൽ ചേർന്നവരോട് തിരിച്ചുവരാൻ ജീവിതത്തിന്റെ പക്ഷത്തുനിന്നുള്ള സ്നേഹഭരിതമായ ഒരു ക്ഷണക്കത്താണ്. താൻ സ്വയം ഗുരുവായി വരിച്ച ടി പത്മനാഭന്റെ കഥകളിൽ മാധുര്യം മാത്രമല്ല ഔഷധവീര്യവുമുണ്ടെന്ന് പ്രദീപ് സാക്ഷ്യപ്പെടുത്തുന്നു. എങ്കിൽ ഈ പുസ്തകമെഴുതുമ്പോൾ ഗുരു, സംപ്രീതനായി ശിഷ്യനെ അനുഗ്രഹിച്ചിരിക്കുന്നു. അതുകൊണ്ടുതന്നെ വായനയെ രസമയമാക്കുന്ന മാധുര്യത്തിനപ്പുറം, ജീവിതത്തെ അരോഗമാക്കുന്ന ഔഷധഗുണം കൂടി പ്രദീപിന്റെ ഈ സംരചനയിൽ സമന്വയിക്കുന്നുണ്ട്.

അന്തർമുഖം / ഇരുട്ട്

ആൾക്കൂട്ടത്തിൽ ഒറ്റപ്പെട്ടു പോകുക, സുഹൃത്തുക്കളില്ലാത്ത അവസ്ഥ, അതുകൊണ്ട് എല്ലാത്തിൽനിന്നും ഒഴിഞ്ഞുമാറിപ്പോകുക.... ഇതൊക്കെയായിരുന്നു ചെറുപ്പത്തിലെ എന്റെ അടിസ്ഥാനപ്രശ്നങ്ങൾ. എന്നാലോ ധാരാളം മിത്രങ്ങളെ സമ്പാദിക്കണമെന്നും സാമൂഹികമായി ഇടപഴകണമെന്നുമൊക്കെ അതിയായ ആഗ്രഹമുണ്ടുതാനും. പരിചിതമായൊരു വൃന്ദത്തിലേക്ക് കടന്നുചെല്ലുക, അവിടെയുള്ളവരെ അഭിമുഖീകരിക്കുക....! വയ്യ.

"നാലാളു കൂടുന്നിടത്ത് ചെല്ലാതെ പതുങ്ങിനില്ക്കുക എന്നതു തന്നെ ഒരു കള്ളത്തരമാണ്. ലക്ഷണം കെട്ടവൻ." മാതാപിതാക്കളുടെ ശകാരമാണ്. കേട്ട് തഴമ്പിച്ചത്.

ഓർമ്മവെച്ച നാൾമുതലേ ഞാനിങ്ങനെയാണ്. പൂരകമായി സൂചിപ്പിക്കട്ടെ, അപ്പോൾ മുതൽ എന്റെ അച്ഛൻ മദ്യപാനിയുമാണ്.

തന്തയില്ലാത്തവൻ, ഗുരുത്വംകെട്ടവൻ, നായിന്റെ മോൻ, എല്ലൻകൊട്ട ഇങ്ങനെയൊക്കെയുള്ള വിശേഷണങ്ങളോടെയാണ് അച്ഛൻ എന്നെ വിളിക്കുകയും പരാമർശിക്കുകയും ചെയ്യുക! ഞാൻ അച്ഛന്റെയും അമ്മയുടെയും വിവാഹം കഴിഞ്ഞ് എട്ടാംമാസത്തിൽ പ്രസവിക്കപ്പെട്ടതാണ് ആദ്യം സൂചിപ്പിച്ച വിശേഷണത്തിനാധാരം. അനിയനോടച്ഛന് കുറച്ചൊക്കെ മയമുണ്ട്. അവൻ എന്നെപ്പോലെയല്ല, കാണാനും നന്ന്.

അപകർഷതയുടെ വിത്ത് എന്നിലിട്ടത് അച്ഛനാണ് എന്ന് കുറേകാലത്തിന് ശേഷം തിരിഞ്ഞു. എനിക്ക് ആറോ, ഏഴോ വയസ്സുള്ളപ്പോൾ അച്ഛൻ അമ്മയോട് പറയുന്നത് മറഞ്ഞുനിന്ന് കേട്ടിട്ടുണ്ട്: "ഇവൻ ജീവിതത്തിൽ രക്ഷപ്പെടാൻ പ്രയാസമായിരിക്കും. വല്ല വീട്ടുവേലയോ, നാടൻ പണിയോ ഒക്കെ ചെയ്ത് പിഴച്ചുപോകാം."

അച്ഛനാണ് പറയുന്നത്. ആ പ്രായത്തിലുള്ള എല്ലാ കുട്ടികളുടെയും റോൾമോഡൽ അച്ഛനായിരിക്കുമല്ലോ. അച്ഛൻ യഥാർത്ഥമേ പറയൂ. അങ്ങനെ അറംപറ്റാൻ പാകത്തിൽ ആ വാക്കുകൾ കുട്ടി ശിരോലിഖിതമായി ഏറ്റുവാങ്ങി. എന്റെ രൂപം എനിക്ക് തീരെ ഇഷ്ടമായിരുന്നില്ല. നൂലുപോലെ മെലിഞ്ഞ്, കൈകാലുകൾ ശോഷിച്ച്, ആവശ്യത്തിൽ കൂടുതൽ ഉയരം കൂടിയായപ്പോൾ അപാകത പൂർണ്ണമായി. മറ്റു കുട്ടികളുടെ മുന്നിൽ ഷർട്ടൂരുക എന്നതും മുമ്പന്തിയിൽ നില്ക്കുക എന്നതുമൊക്കെ പ്രയാസമായിരുന്നു.

2

അക്കാലത്ത് ഗൾഫിൽ നിന്നാരെങ്കിലുംവന്നാൽ ചുറ്റുവട്ടത്തുള്ളവർക്കെല്ലാം സാധനങ്ങൾ കൊടുക്കും. തൊട്ടയൽപക്കക്കാരനായ അബ്ദുക്ക വന്നപ്പോൾ ഞങ്ങളുടെ വീട്ടിലേക്കും സമ്മാനങ്ങൾ എത്തി. രണ്ട് പേന, രണ്ട് പെൻസിൽ, അത്തർ കുപ്പി, സവിശേഷമണമുള്ള സോപ്പ്, ഈത്തപ്പഴം, പിന്നെ വർണ്ണക്കൂട്ടുള്ള ഒരു ബനിയനും. ഞാനും അനിയനും, ഞങ്ങൾ രണ്ടു കുട്ടികൾ ഉള്ളിടത്തേക്ക് ഒരു ബനിയൻ! ഗൾഫിൽ സാധാരണ ജോലിക്കാരനായിരുന്ന അബ്ദുക്ക എല്ലാവർക്കും വീതിച്ചുകൊടുക്കുമ്പോഴുള്ള തത്രപ്പാടിൽ സംഭവിച്ചതാകാം. ആ ബനിയൻ ആരിടും എന്നായി എന്റെയും അനിയന്റെയും ഇടയിലെ പ്രശ്നം. വാസ്തവത്തിൽ തുടുത്ത ദേഹമുള്ള അനിയനാണത് നന്നായി ചേരുകയെന്നെനിക്കറിയാം. പക്ഷേ, മനോഹരമായ ആ കുപ്പായം വിട്ടുകൊടുക്കാൻ മനസ്സു വന്നില്ല. ഞാനത് കൈക്കലാക്കി സൂക്ഷിച്ചുവെച്ചു. അവധിക്കാലമായിരുന്നു. ആ ബനിയനിട്ട് എങ്ങോട്ടെങ്കിലും ഒന്നു പോണം. ഞങ്ങൾക്ക് വിരുന്നുപോകാൻ ഇടങ്ങളില്ല. അവസാനം ഒരു കുടുംബവീട്ടിലേക്ക് രാത്രി സിനിമ കാണാൻ അവസരം വന്നു. കാസറ്റിന്റേയും വി സി ആറിന്റെയുമൊക്കെ കാലമാണ്. അന്ന് രാത്രി ആശിച്ച് മോഹിച്ച കോടിമണം മാറാത്ത ആ ബനിയൻ ഞാനിട്ടു. പുഷ്ടി കുറഞ്ഞ ദേഹത്തിനത് യോജിക്കുന്നില്ലാന്ന് അംഗീകരിക്കാൻ കൂട്ടാക്കിയില്ല. സിനിമ കഴിഞ്ഞ പാതിരാത്രിയിൽ ഒരിടവഴിയിലൂടെ മടങ്ങിവരുമ്പോൾ ആ വസ്ത്രം ഞാനണിഞ്ഞതുമായി ബന്ധപ്പെട്ട് അനിയനുമായി താരതമ്യം ചെയ്ത് അച്ഛൻ പറഞ്ഞൊരു കമന്റ് ഉള്ളിലുടക്കി. ഹോ, അരുതേ...! ആ വാചകം അതി കഠിനകരമായിരുന്നു!! ഇരുതല മൂർച്ചയുള്ള ഒരായുധം പോലെ എന്റെ കുഞ്ഞു ഹൃദയത്തിലേക്കത് ആഴ്ന്നിറങ്ങി. നിലാവ് പെയ്യുന്ന, പൂർണ്ണ ചന്ദ്രനുള്ള തെളിഞ്ഞ രാവായിരുന്നു അന്ന്. അച്ഛൻ, അമ്മ, അനിയൻ, ഞാൻ - ഞങ്ങൾ നാലുപേരുടേയും നിഴലുകൾ വശങ്ങളിലേക്ക് നീണ്ടിരുന്നു. ശരിയാണ്, ഞാൻ ഗണിച്ചു: അവരുടെയെല്ലാം നിഴലുകൾപോലും സുന്ദരമാണ്. എന്റേത്...!

വീട്ടിലെത്തിയ ഉടനെ റോസ് നിറത്തിലുള്ള ആ ബനിയനൂരി ഞാനനിയന് കൊടുത്തു: നിനക്കാണിതിനർഹത, നിനക്കാണിതിണങ്ങുക... വെളിച്ചമണയാൻവേണ്ടി ഞാൻ കാത്തിരുന്നു. കാരണം അനിയന്റെ മുന്നിൽനിന്ന് കരയാൻ എനിക്ക് ലജ്ജയായിരുന്നു!

3

ഞാൻ ഹൈസ്കൂളിലെത്തിയപ്പോഴേക്കും അച്ഛന്റെ മദ്യപാനം മൂർച്ഛിച്ചിരുന്നു. ആ കാലം അച്ഛൻ വാർപ്പുപണിയിൽനിന്നും കരാറുകാരനായി ഉയർന്നു കഴിഞ്ഞിരുന്നു. പണം കൈകാര്യം ചെയ്യാൻ അദ്ദേഹത്തിന് വശമില്ലായിരുന്നു. അധികം പണം കൈയിലെത്തിയപ്പോൾ കുടിക്കുന്ന തോത് കൂടി. നാലും അഞ്ചും നേരമൊക്കെയാണ്. ചാരായം നിരോധിക്കാത്ത കാലമായിരുന്നു. ഷാപ്പുകൾ ഭക്ഷണശാലകളെപ്പോലെ യഥേഷ്ടം. വീട്ടിൽ അമ്മയുമായ് നിത്യവും ശണ്ഠ, ദോഹോപദ്രവങ്ങൾ, മുട്ടൻതെറി.... അച്ഛന്റെ ഭേദ്യത്തിൽനിന്ന് അമ്മയെ സംരക്ഷിക്കാനുള്ള ചുമതലക്കാരനായത് ഞാനാണ്. അത് ഞാനങ്ങ് ഏറ്റെടുക്കുകയായിരുന്നു. അവർക്കിടയിൽ കണ്ണുംനട്ട് ഞാനേത് നേരവും ഒളിച്ചുനില്ക്കും. അതെന്നോടുള്ള അച്ഛന്റെ വൈരം കൂട്ടി. പിതൃത്വത്തെച്ചൊല്ലിയുള്ള മുറിപ്പെടുത്തൽ രൂക്ഷമായി. എങ്ങോട്ടെങ്കിലും നാട് വിട്ടുപോയാലോയെന്ന് ആലോചിക്കുമ്പോഴൊക്കെ അമ്മയുടെ ദീനമുഖം ഓർമ്മവരും. ഇവിടെയൊരു കൊലപാതകം നടക്കും എന്ന് അച്ഛനിടക്കിടയ്ക്ക് പറയാറുണ്ടായിരുന്നു. അതെന്റെ ഭയത്തെ ഇരട്ടിപ്പിച്ചു. ഞാനേറെ ജാഗരൂകനായി. അനിയൻ പ്രശ്നങ്ങളിൽനിന്നും കഴിയുന്നതും അകന്നു നിന്നു.

പത്താംതരം പൊതുപരീക്ഷയുടെ ഏതാനും മാസം മുമ്പ് അതിരൂക്ഷമായ കലഹം അച്ഛനമ്മമാർക്കിടയിലുണ്ടായി. എനിക്ക് അച്ഛനോട് മറുത്ത് ചിലത് പറയേണ്ടിവന്നു. ഞാൻ വലുതായാൽ അച്ഛനെ എതിർത്ത് മുന്നിൽ വരും എന്ന ചിന്ത മുന്നേ അദ്ദേഹത്തിലുണ്ട്. അന്ന് രാത്രി എന്റെ പാഠപുസ്തകങ്ങളും വസ്ത്രങ്ങളുമെല്ലാം അച്ഛൻ തീയിട്ട് നശിപ്പിച്ചു. അവന്റെ പാഠപുസ്തകങ്ങൾ കത്തിക്കുക എന്നാൽ ആ കുട്ടിയെ തന്നെ കത്തിക്കുന്നതിന് തുല്യമാണെന്ന് അയൽപക്കക്കാരനായ ഒരു കാരണവർ അച്ഛനെ ശാസിച്ചത് അത്യന്തം ജ്വലനശക്തിയോടെ ഇന്നും ഓർമ്മയിലുണ്ട്. തീ കെടുത്താനോ, പുസ്തകങ്ങൾ വീണ്ടെടുക്കാനോ എനിക്ക് കഴിഞ്ഞില്ല. അതിനായി തീവ്രമായ് ശ്രമിച്ചതില്ല എന്നതാണ് വാസ്തവം. ഒരുതരം മരവിപ്പ് ബാധിച്ചിരുന്നു. എന്തിന് പഠിക്കണം? ഗതിപിടിക്കില്ല എന്നുറപ്പാണ്.

നന്നാവില്ലാന്നും, ഗുരുത്വം കെട്ടവനെന്നും രക്ഷിതാവ് കുട്ടിയുടെ മുമ്പിൽ ആവർത്തിച്ചാക്ഷേപിക്കുകയാണെങ്കിൽ ആ കുട്ടി ശരിക്കും ഗുരുത്വം കെട്ടുപോകും. ശപിക്കപ്പെടുന്നവൻ ചഞ്ചലചിത്തനും ചകിതനുമെങ്കിൽ ശാപം എളുപ്പം ഫലിക്കും. ഇതൊരു സൈക്കോ ആണ്.

****

യാന്ത്രികമായാണ് പരീക്ഷയെഴുതിയത്. യാതൊരു സമ്മർദ്ദവുമില്ല. എന്തുകൊണ്ട് തോറ്റു എന്നാരും ചോദിക്കില്ല. അതിനർഹത ആർക്കുമില്ല. ആ സംഭവം നടക്കുമ്പോൾ രണ്ടുമാസത്തെ പോർഷനേ സ്കൂളിൽ പഠിപ്പിക്കാൻ ബാക്കിയുണ്ടായിരുന്നുള്ളൂ. അതിനുശേഷം ഞാനൊന്നും പഠിച്ചില്ല. പാഠപുസ്തകങ്ങളും നോട്ടുബുക്കുകളും കത്തിപ്പോയെങ്കിലും മുമ്പ് പഠിച്ചതൊന്നും മറന്നിരുന്നില്ല. എസ് എസ് എൽ സി ജയിക്കുക എന്നുവെച്ചാൽ ആ കാലത്തൊക്കെ വലിയ കാര്യമാണ്. ഇന്നത്തെപ്പോലുള്ള മൂല്യത്തകർച്ചയും നിലവാരക്കുറവുമൊന്നും അന്ന് വിദ്യാഭ്യാസ മേഖലയിൽ ആയിട്ടില്ല. പരീക്ഷ തീർന്ന് ഒരാഴ്ച കഴിഞ്ഞപ്പോൾ അമ്മ പറഞ്ഞു: "ജയിച്ചാലും കോളേജിൽ പോക്കൊന്നും നമ്മളെക്കൊണ്ട് കൂടില്ല. കോളേജിൽ പഠിച്ചവരൊക്കെയും തൊഴിലില്ലാതെ തെക്കുവടക്ക് നടക്കുകയാണ്. അക്കൂട്ടത്തിലേക്കൊരാൾകൂടിയായിട്ടെന്തിനാ? അതുകൊണ്ട് എന്തെങ്കിലും കൈത്തൊഴില് പഠിച്ചോ." അപ്പോഴേക്കും അച്ഛന്റെ കരാറുപണി കടം കേറി പൊളിഞ്ഞ് ഒരു വഴിക്കായിരുന്നു. കടക്കാർ വീട്ടിൽ കേറി നിരങ്ങുന്ന അവസ്ഥയും. അതുകൂടി കണക്കിലെടുത്താണ് അമ്മ ഉപദേശിച്ചത്. അനന്തരം കുറ്റിപ്പുറം ടൗണിലെ ഒരു പ്രസിൽ സഹായിയായി കൂടി. തുടക്കക്കാരന് ശമ്പളമില്ല. വണ്ടിക്കൂലിക്കുള്ള ഒരു വകതരും. അന്ന് അച്ചുകൾ നിരത്തിയുള്ള കമ്പോസിങ്ങിന്റെയും മാന്വൽ പ്രിന്റിങ്ങിന്റെയുമൊക്കെ കാലമാണ്. പരാജയഭീതിയും ആത്മവിശ്വാസക്കുറവും തൊഴിലിടത്തിൽ എന്റെ പ്രധാന വെല്ലുവിളിയായി. ആളുകളുടെ മുന്നിൽ നിന്നെന്തെങ്കിലും ചെയ്യുമ്പോൾ കൈകൾ വിറയ്ക്കലും വിയർക്കലും! പ്രിന്റിങ് മേഖല പറ്റിയതല്ല എന്ന് പറഞ്ഞ് പ്രസുടമയെന്നെ സ്ത്രീകളുടെ മേഖലയായ കമ്പോസിങ്ങിലേക്ക് മാറ്റി. അച്ഛൻ പറയുന്നത് ശരിയാണ്, ഞാനൊരു മേഖലയിലും വിജയിക്കാൻ പോകുന്നില്ല!

കുറ്റിപ്പുറത്തുനിന്ന് രാത്രി ട്രെയിനിലാണ് വീട്ടിലേക്ക് മടങ്ങുക. എന്റെ നാട്ടുകാർ ധാരാളം ആ പാസഞ്ചർ ട്രെയിനിലുണ്ടാവും. അവർ എല്ലാവരുംകൂടി പ്ലാറ്റ്ഫോമിൽ തമ്പടിച്ച് സൊറ പറഞ്ഞ് രസിക്കും. ഞാനവരുടെയൊന്നും അരികിൽ പോകാതെ ഏതെങ്കിലും മൂലയിൽ ഒറ്റയ്ക്കിരിക്കും. അന്ന് ഞായം വെച്ചിരിക്കുന്നവരിൽ ഒരാൾ എങ്ങനെയോ തിരഞ്ഞുപിടിച്ച് എന്റെയരികിൽ വന്ന് ആ കാര്യം അറിയിച്ചു: എനിക്ക് എസ് എസ് എൽ സി പരീക്ഷയിൽ സെക്കന്റ് ക്ലാസുണ്ട്. നാളെ പരീക്ഷാഫലം പത്രത്തിൽ വരും. അയാൾ എന്നെ അഭിനന്ദിക്കുകയും കോളേജിൽ ചേർന്ന് പഠിക്കാൻ ഉപദേശിക്കുകയും ചെയ്തു. ഞാനെങ്ങനെ പ്രതികരിക്കണമെന്നറിയാതെ കുഴങ്ങി. സ്വാഭാവികമായി നന്ദിപറയലും, യാത്ര പറയലുമൊക്കെ മുതിർന്നിട്ടും വഴങ്ങിയിട്ടില്ല. ആ ആൾ അന്നും ഇന്നും എന്നെയും കുടുംബത്തെയും അനുതാപത്തോടെ കാണുന്ന വ്യക്തിയാണ്. ഒരിക്കലും പരിഹസിച്ചിട്ടില്ല. അച്ഛൻ നശിക്കും എന്ന് മുമ്പേ അദ്ദേഹത്തിനറിയാമായിരുന്നു. ഒരിക്കൽ അച്ഛന്റെ സുഹൃത്തുമായിരുന്നു.

4

റിസൾട്ടറിഞ്ഞപ്പോൾ വീട്ടുകാർക്ക് പ്രത്യേകിച്ച് ഭാവഭേദമൊന്നുമുണ്ടായില്ല. ആ കൊല്ലം പത്തിൽ താഴെ പേരാണ് എന്റെ സ്കൂളിൽ ജയിച്ചത്. വിജയിച്ചവരെല്ലാം ഉയരങ്ങളിലേക്ക് ചിറകടിച്ചുയരാൻ വെമ്പൽ പൂണ്ടു. എസ് എസ് എൽ സി ബുക്ക് വാങ്ങാൻ സ്കൂളിൽ ചെന്നപ്പോൾ എന്റെ ക്ലാസ്ടീച്ചറും നാട്ടുകാരികൂടിയായ അംബുജടീച്ചർ ഓഫീസ് മുറിയിലുണ്ട്. ടീച്ചറുടെ മുന്നിൽ പെടാതിരിക്കാൻ ശ്രമിച്ചു. കണ്ടാൽ കോളേജിൽ പഠിക്കാൻ ഉപദേശിക്കും. അത് കേൾക്കാൻ വയ്യ! അച്ഛന്റെ സ്ഥിതി കൂടുതൽ പരിതാപകരമായിക്കൊണ്ടിരിക്കുകയായിരുന്നു. അദ്ദേഹം മറ്റൊരു കരാറുകാരന്റെ കൂടെ കൂലിപ്പണിക്ക് പോകുകയാണപ്പോൾ. ചുറ്റുവട്ടത്തുനിന്നും അമ്മയ്ക്കും അച്ഛനും സമ്മർദ്ദമുണ്ടായി. ക്ലാസുള്ളതല്ലേ, കോളേജിൽ ചേർക്കണം. അങ്ങനെ തുടർന്നു പഠിക്കേണ്ട എന്ന മുന്നേയുള്ള തീരുമാനത്തിന് ചെറിയൊരു അയവു വന്നുകൊണ്ടിരിക്കുകയായിരുന്നു. ആ സന്ദർഭത്തിൽ അമ്മയും അച്ഛനും തമ്മിൽ പുതിയൊരു വഴക്ക് പൊട്ടിപ്പുറപ്പെട്ടു. അച്ഛന് നഷ്ടക്കരാറെടുത്ത വകയിൽ കുറച്ചു തുക കടം വീട്ടാനുണ്ട്. അത് നിവർത്തിക്കാൻ വീടും പറമ്പും വില്ക്കണം എന്ന അച്ഛന്റെ ശാഠ്യത്തെച്ചൊല്ലിയായിരുന്നു അത്. വസ്തുവക രണ്ടാളുടെയും പേരിലായതിനാൽ ഏകപക്ഷീയമായി അച്ഛന് മുന്നോട്ടുപോകാൻ സാധിക്കില്ല. ഒരുച്ചയ്ക്ക് അമ്മയെ മർദ്ദിച്ച് ഒപ്പിടുവിക്കാനുള്ള ശ്രമമൊക്കെയുണ്ടായി. അത് വലിയ ഒച്ചപ്പാടായി. ഇനി ഒരുമിച്ച് വയ്യ എന്നുറപ്പിച്ച് അമ്മ എന്നെയും അനിയനെയും കൂട്ടി തൊട്ടുതാഴെയുള്ള അമ്മയുടെ തറവാട്ടിലേക്ക് മാറി. അവിടെ അമ്മമ്മയും ചെറിയമ്മയും മാത്രമേയുള്ളൂ. പുരുഷന്മാരായി ആരും ഇല്ല. ആടിനെയും പശുവിനെയും ആശ്രയിച്ചായിരുന്നു അവിടെ ഞങ്ങളുടെ ഉപജീവനം. ദാരിദ്ര്യത്തിന്റെ ആ അരക്ഷിതാവസ്ഥയിൽ കോളേജിൽ ചേർന്ന് അഞ്ചുകൊല്ലം പഠിക്കുക എന്നൊക്കെ വിചാരിക്കുന്നത് അത്യാഗ്രഹം തന്നെയായിരുന്നു. ആരോ അപ്പോൾ അമ്മയെ ഉപദേശിച്ചു. കോളേജിൽ വിടുന്നില്ലെങ്കിൽ വേണ്ട, ഐ ടി ഐയിൽ ചേർക്കൂ. ഒന്നോ രണ്ടോ കൊല്ലംകൊണ്ട് ഒരു തൊഴിൽ പഠിക്കാം. അങ്ങനെ മോന് സ്വന്തം കാലിൽ നില്ക്കാം. ഒരുപാട് പേരങ്ങനെ രക്ഷപ്പെടുന്നു. പിന്നെ ആ വഴിക്കായി ശ്രദ്ധ. അന്വേഷിച്ചപ്പോൾ സമയം വൈകിപ്പോയിരുന്നു. ഗവ: ഐ ടി ഐകളിലെല്ലാം സീറ്റ് തീർന്നു കഴിഞ്ഞു. എങ്കിൽ പ്രൈവറ്റായി പഠിക്കൂ എന്നായി കിട്ടിയ നിർദ്ദേശം. അങ്ങനെ തിരൂരിലുള്ള സ്ഥാപനത്തിൽ ചേർന്നു. അവിടെയുള്ള കോഴ്സുകളിൽ സിവിലും ഇലക്ട്രോണിക്സുമായിരുന്നു താല്പര്യമുള്ളവ. പക്ഷേ, രണ്ടുവർഷ കോഴ്സുകളാണ്. പ്രൈവറ്റായതിനാൽ ഭാരിച്ച ഫീസും ഡൊണേഷനും വേണം. ഗത്യന്തരമില്ലാതെ നോൺമെട്രിക് ട്രേഡും ഒറ്റവർഷ കോഴ്സുമായ വെൽഡർ ട്രേഡിലാണ് പ്രവേ

ശനം തേടിയത്. ഐ ടി ഐയിൽ പോകാൻ തുടങ്ങിയപ്പോൾ വെൽഡിങ് പഠിക്കാൻ ഫീസൊക്കെ കൊടുത്ത് അവിടെ പോണോ, വർക്ക്ഷോപ്പിൽ പോയാൽ പോരേ എന്ന ആക്ഷേപമുയർന്നു. എന്റെ ഗ്രാമത്തിൽ നിന്ന് കുറ്റിപ്പുറം വരെ 3 കി.മീ. റെയിൽപ്പാളത്തിലൂടെ നടത്തം. അവിടെനിന്ന് ബസിൽ യാത്ര. തേഞ്ഞ് തേഞ്ഞ് ബ്ലേഡുപോലെയായ ഹവായ് ചെരിപ്പും, തുന്നലുകൾ വിട്ട ഷർട്ടും പാന്റും, വിലക്ഷണമായ എന്റെ രൂപവുമൊക്കെ ക്ലാസിലുള്ളവരിൽ പരിഹാസം വിടർത്തി. കാര്യമായ കൂട്ടുകാരില്ലാതെ അവിടെയും ഞാനേകനായിത്തന്നെ തുടർന്നു.

5

കോഴ്സ് കഴിഞ്ഞു. എൺപത് ശതമാനം മാർക്കോടെ ഒരു നാഷണൽ സർട്ടിഫിക്കറ്റ് കൈയിൽ കിട്ടി. കാര്യങ്ങൾ കൂടുതൽ വ്യക്തമായി. കോഴ്സിന് വാല്യു ലഭിക്കണമെങ്കിൽ അംഗീകരിക്കപ്പെട്ട ഏതെങ്കിലും ഇൻഡസ്ട്രിയൽ കമ്പനികളിൽ ഒരു വർഷത്തെ അപ്രന്റീസ്ഷിപ്പ് ട്രെയിനിങ് കൂടി പൂർത്തിയാക്കണം. ആ കമ്പനി തരുന്ന എക്സ്പീരിയൻസ് സർട്ടിഫിക്കറ്റ് കൂടി ലഭിച്ചാലേ ജോലി ലഭിക്കാനുള്ള യോഗ്യത നേടൂ. അതിനായി എംപ്ലോയ്മെന്റ് എക്സ്ചേഞ്ചിൽ രജിസ്റ്റർ ചെയ്തു. അവിടെനിന്ന് കുറേക്കൂടി സംഗതികളറിഞ്ഞു. ട്രെയിനിയായി അപേക്ഷിക്കുന്നവർ ഏറെയുണ്ട്. വിളിവരാൻ നാലോ, അഞ്ചോ ചിലപ്പോൾ അതിലുമേറെ വർഷങ്ങളെടുക്കും. അതുവരെ കാത്തിരിക്കണം. അപ്രന്റീസുകളാക്കി ഒരുവർഷം ചൂഷണം ചെയ്യുന്ന ഫ്രോഡ് കമ്പനികൾ ഏറെയുണ്ട്. അവരുടെയൊന്നും വലയിൽ വീഴാതെയും ശ്രദ്ധിക്കണം. ISRO, ഫാക്ട് പോലുള്ള ഗവ: പങ്കാളിത്തമുള്ള കമ്പനികളുടെ അപ്രന്റീസ്ഷിപ്പാണ് അഭികാമ്യം. നാലഞ്ചുവർഷം അതിനുവേണ്ടി കാത്തിരിക്കുക! ശേഷം കമ്പനികളിൽ ജോലിക്ക് അപേക്ഷിക്കുക, ജോലികിട്ടുക.... ഒരു കര പറ്റാനിനിയും!?

അപ്രന്റീസ്ഷിപ്പിനുള്ള വിളിവരെ വെറുതെയിരിക്കുക വയ്യല്ലോ. വർക്ക്ഷോപ്പിൽ പോകാൻ തീരുമാനിച്ചു. അവിടെയും വെൽഡിങ് ജോലിയുണ്ടല്ലോ. തിരുനാവായയിലുള്ള വർക്ക്ഷോപ്പിൽ കേറി. ഒരുദിവസം കൊണ്ടുതന്നെ സംഭവം തിരിഞ്ഞു. ഐ ടി ഐയിൽ ഞാനെഴുതി പഠിച്ച തിയറികൾ കൊണ്ടൊന്നും വർക്ക്ഷോപ്പിൽ രക്ഷയില്ല. ഒരു പരിഗണനയും കിട്ടാൻ പോകുന്നില്ല. ആ കാലത്ത് പത്താംതരം തോറ്റവരിൽ ഏറിയകൂറും വർക്ക്ഷോപ്പിലേക്കാണടിഞ്ഞെത്തുക. പത്തുരൂപയാണ് പുതുക്കക്കാർക്ക് വേതനം. അത് എനിക്കും കിട്ടി. വണ്ടിക്കൂലിക്കും ഒരു നേരത്തെ ഭക്ഷണത്തിനും കഷ്ടി. വർക്ക്ഷോപ്പിൽ ഒരു പണിക്കാരനായി ത്തീരണമെങ്കിൽ മൂന്നോ നാലോ കൊല്ലമെടുക്കും. എഴുത്തുപരീക്ഷയിലെല്ലാം വിജയം നേടാൻ കഴിഞ്ഞിരുന്നെങ്കിലും പ്രാക്ടിക്കലിൽ ഞാൻ മോശമാണ്. അതുകൊണ്ട് അതിലേറെ സമയമെടുക്കാനും മതി. ഐ

ടി ഐ കഴിഞ്ഞാൽ ഉടൻ ജോലി, ശമ്പളം.... ഇതൊക്കെയായിരുന്നു ഞാനും അമ്മയും മനക്കോട്ട കെട്ടിയിരുന്നത്. അമ്മയോട് ഇതൊക്കെ വിശദീകരിക്കുമ്പോൾ ഒക്കെ എന്റെ കഴിവുകേടാണെന്ന് കുറ്റപ്പെടുത്തും. “ഒരു കൊല്ലം വെൽഡിങ് പഠിച്ചിട്ടും പത്തു ഉലുവ! ആ കുട്ടനേയും ഉണ്ണിമോനേയും നോക്ക്. അവരുടെ തീട്ടം തിന്നുകൂടേ നിനക്ക്.” തൊട്ട ടുത്ത വീട്ടിലെ എന്റെ സമപ്രായക്കാരാണ് കുട്ടനും ഉണ്ണിമോനും. അവ രായിരുന്നു അച്ഛനുമമ്മയും എനിക്ക് കാണിച്ചു തന്നിരുന്ന റോൾമോഡ ലുകൾ! അവരിരുവരും പത്താംതരം തോറ്റതിനുശേഷം കൂലിപ്പണിക്കു പോയി കുടുംബം പുലർത്തുന്നു. ഒരാൾ തെങ്ങുകയറ്റക്കാരനും മറ്റേ യാൾ തേപ്പുപണിക്കാരനും. “കുട്ടൻ ഒരു ചാക്കരി ഒറ്റയ്ക്കേറ്റി അങ്ങാടി യിൽനിന്നും അവന്റെ വീട്ടിൽ കൊണ്ടുവന്നിടും. എന്നിട്ടും ക്ഷീണമില്ല. നിന്നെക്കൊണ്ട് കൂട്ടിയാ കൂടോ? ഇല്ല!” ഇങ്ങനെ മുറിപ്പെടുത്തുന്ന രീതി യിലും അപകർഷത പെരുപ്പിക്കുംവിധവുമാണ് അമ്മ മാത്രമല്ല അക്കാ ലത്തെ വിദ്യാഭ്യാസമില്ലാത്ത മിക്ക രക്ഷിതാക്കളും കുട്ടികളോട് പെരു മാറിയിരുന്നതെന്ന് പ്രത്യേകം പറയാതെ വയ്യ! അതിന്റെ കെടുതികൾ ആ കുട്ടികൾ വരുംകാലം മുഴുവൻ അനുഭവിക്കണം.

6

കുറച്ചുകാലം കഴിഞ്ഞപ്പോൾ അച്ഛനുമമ്മയും തമ്മിൽ ധാരണയായി. വീടിരിക്കുന്ന അഞ്ച് സെന്റ് ഒഴിവാക്കി ബാക്കി സ്ഥലം വിറ്റ് നിലവിൽ കോടതി കേസായിരിക്കുന്ന കടം വീട്ടാം. അല്ലെങ്കിൽ അച്ഛന് ജയിലിൽ കിടക്കേണ്ടതായി വരും. നാട്ടുമദ്ധ്യസ്ഥരുടെ ശ്രമഫലമായുള്ള സമവാ യമായിരുന്നു അത്. അപ്രകാരം ഞങ്ങൾ സ്വന്തം വീട്ടിലേക്ക് മടങ്ങി. എന്റെ ഐ ടി ഐ പഠനത്തേയും വർക്ക്ഷോപ്പിലെ കൂലിയെക്കുറി ച്ചൊക്കെ അച്ഛൻ ചോദിച്ചറിഞ്ഞ് അതിന്മേൽ കുറേ പരിഹസിച്ചു: ചില ജന്മങ്ങൾ ഉണ്ടത്രെ, എവിടെയും വിജയിക്കാതെ ഉണ്ണാമൻമാരായി പോകും. ഞാനത്തരം ഗണത്തിൽപ്പെട്ടയാളാണെന്ന് എന്റെ കുഞ്ഞുന്നാൾ തൊട്ടേ അച്ഛനറിയാമായിരുന്നെന്ന്. ശരിയാണ്; എന്റെ കുട്ടിക്കാലത്തേ അച്ഛനത് പരാമർശിക്കുന്നത് കേട്ടിട്ടുണ്ടല്ലോ. സംഗതി സ്ഥാപിക്കാൻ അച്ഛൻ കുറേ ഉദാഹരണങ്ങൾ നിരത്തി. നിനക്ക് ആരുടെയെങ്കിലും മുഖ ത്തുനോക്കി രണ്ടുവാക്ക് സംസാരിക്കാൻ കഴിയുമോ? ഇല്ല, അതിനുള്ള ശേഷിയില്ല. തല കുനിഞ്ഞുപോകും. ഈ പ്രായത്തിലുള്ള മറ്റ് കുട്ടിക ളെപ്പോലെ ആരെങ്കിലുമായി സൗഹൃദമുണ്ടോ? അതും ഇല്ല; എനിക്ക് കൂട്ടുകാരില്ല. അങ്ങാടിയിലേക്കോ, ക്ലബ്ബുകൾ പോലുള്ളിടത്തേക്കോ മറ്റ് ആളാരവങ്ങളിലേക്കോ ഞാൻ പോകാറില്ല. ആരുമായും കമ്പനിയില്ലാ ത്തവൻ എന്ന ലേബൽ സമപ്രായക്കാർ ചാർത്തി തന്നുകഴിഞ്ഞു. ഒരു പ്രത്യേക തരം പടപ്പ്!

7

കുറേ കഴിഞ്ഞിട്ടും വർക്ക്ഷോപ്പുപണിയിൽ ശോഭിക്കാനാവും വിധം എനിക്ക് പുരോഗതിയുണ്ടായില്ല. ഈ ജോലി നിനക്ക് പറ്റിയതല്ല എന്ന് മേസ്തിരിമാർ ചിലർ സൂചിപ്പിക്കുകയും ചെയ്തു. വർക്ക്ഷോപ്പ് പണിക്ക് വെൽഡിങ് മാത്രം അറിഞ്ഞാൽ പോരാ. സ്മിത്തുവർക്കുകൂടി വശമാകണം; കൊല്ലൻപണി. അതിനിരുമ്പുമായി സവിശേഷമായൊരു തഴക്കം വേണം. എനിക്കതില്ല. വർഷങ്ങളോളം തുച്ഛം കൂലിക്ക് ഇവിടെക്കിടന്ന് മുരടിക്കാം. പിന്നെ നീർക്കോലി മൂത്ത് പാമ്പാകുന്നതുപോലെ....! ആ തിരിച്ചറിവ് സമ്മർദ്ദമായി. ഭാവിയാണ് തുലാസിൽ. വിലോമപരമായ എന്റെ ബോദ്ധ്യങ്ങൾ ഉറയ്ക്കാനും തുടങ്ങി. ഇനി അപ്രന്റീസ്ഷിപ്പിന് പോയാലും സ്ഥിതി ഇങ്ങനെയൊക്കെയാകുമോ?

വിരസമായി ദിനങ്ങൾ നീങ്ങി. ഒരുദിവസം അച്ഛനെന്നോട് ഒരാവശ്യം പറഞ്ഞു. പിറ്റേന്ന് വർക്ക്ഷോപ്പിൽ നിന്ന് ലീവെടുത്ത് അദ്ദേഹത്തിന്റെ കൂടെ ഹെൽപ്പറായി പോകണം. മറ്റു പണിക്കാരൊക്കെ ലീവാണ്. ശരി, ഞാൻ സമ്മതിച്ചു. അച്ഛൻ കഴിയുന്നതും അവധിയെടുക്കാറില്ല. കിട്ടുന്ന തന്നന്ന് ചെലവഴിച്ച് ശീലിച്ച അദ്ദേഹത്തിന് അവധിദിനങ്ങൾ ബാദ്ധ്യതയാണ്. അന്ന് ആരുടെയെങ്കിലും കൈയിൽനിന്ന് കടം വാങ്ങിയും, ഷാപ്പിൽ പറ്റുപറഞ്ഞുമൊക്കെയാണ് കുടി. ആ സന്ദർഭങ്ങളിൽ മിക്കവാറും വീട്ടിൽ സംഘർഷമുണ്ടാകും. അതുകൊണ്ട് അച്ഛന് ഒഴിവുദിനങ്ങൾ ഉണ്ടാകരുതേയെന്നാണ് ഞങ്ങളുടെയും പ്രാർത്ഥന.

അന്ന് അച്ഛന്റെ കൂടെ ജോലിക്ക് ഇറങ്ങുമ്പോൾ അത് എന്റെ ജീവിതത്തിലെ നിർണ്ണായകവഴിത്തിരിവാകുമെന്ന് അറിഞ്ഞില്ല. ഞങ്ങളുടെ നാട്ടിൽനിന്നും പതിനഞ്ച് കി മീ അകലെ ഇരുമ്പിളിയം എന്ന ഗ്രാമത്തിലായിരുന്നു സൈറ്റ്. വീടിന്റെ ലിന്റലിനുള്ള കമ്പിപ്പണിയായിരുന്നു. സോമൻ എന്ന വേറൊരു സഹായിയുണ്ട്. പക്ഷേ, മൂന്നാളില്ലാതെ ഉയരങ്ങളിലേക്ക് കമ്പിയും മറ്റും കയറ്റാനാവില്ല. അതുകൊണ്ടാണെന്നെ കൂട്ടിയത്. വർക്ക്ഷോപ്പിൽ പോയിരുന്നതുകൊണ്ട് കമ്പി മുറിക്കാനും വളവു തീർക്കാനുമൊക്കെയറിയാം. എന്റെ പണി പ്രധാനമായും അതൊക്കെയായിരുന്നു. എന്താണെന്നറിയില്ല അന്ന് അച്ഛനെന്നോട് സൗഹാർദ്ദപരമായിത്തന്നെ നിന്നു. സാധാരണ എന്റെ പേര് വിളിക്കാനദ്ദേഹത്തിന് മടിയായിരുന്നു! വീട്ടുടമയോടും സോമനോടുമൊക്കെ നല്ല രീതിയിലായിരുന്നു അദ്ദേഹത്തിന്റെ പെരുമാറ്റം. അല്ലെങ്കിലും വീട്ടിലുള്ള ക്രുദ്ധഭാവവും പ്രശ്നങ്ങളുമൊന്നും പുറത്താരുമായും അച്ഛനില്ല. എല്ലാവർക്കും അച്ഛനോട് മതിപ്പാണ്, വേണ്ടപ്പെട്ടവനുമാണ്. സൈറ്റിൽ പണിമാറ്റിയപ്പോൾ അച്ഛന്റെ കോൺട്രാക്ടർ മുതലാളി എനിക്ക് 70 രൂപ കൂലി തന്നു. സന്തോഷവും അമ്പരപ്പുമായി. 10 രൂപ കൂലി കിട്ടുന്നിടത്ത് അതിന്റെ ഏഴ് പെരുക്കം. അവിദഗ്ദ്ധനും മികച്ച കൂലി ലഭിക്കുന്ന ഇടമാണ് അന്നും

ഇന്നും നിർമ്മാണമേഖല. ഇതര സംസ്ഥാനക്കാരുടെ ഇവിടേക്കുള്ള ഒഴുക്കിനും കാരണമതാണല്ലോ.

നാളെ പണിക്ക് പോരുന്നുണ്ടോ എന്ന് കോൺട്രാക്ടർ തിരക്കി. അച്ഛനോട് പറയാം എന്ന് മറുപടി നല്കി. കുറച്ചുകഴിഞ്ഞേ വരുന്നുള്ളൂവെന്ന് പറഞ്ഞ് അച്ഛനെന്നെ മടക്കി. ഞാനന്ന് ഹോട്ടലിൽ കയറി പൊറോട്ടയും ബീഫ്ഫ്രൈയും കഴിച്ചു. വർക്ക്ഷോപ്പിൽ മേസ്തിരിമാർക്ക് ഹോട്ടലിൽനിന്നാണ് നാസ്ത. ഒരു കാലിച്ചായയും കുടിച്ച് അവർ കഴിക്കുന്നതും നോക്കി വെള്ളമിറക്കാനേ കഴിയുമായിരുന്നുള്ളൂ. ആ പൂതി തീർത്തു. അമ്മയ്ക്ക് മസാലദോശ പാർസൽ വാങ്ങി. വലിയൊരാളായതുപോലെ അനുഭവം, ഒരു കുളിർമ്മ. അന്ന് രാത്രി മുഴുവൻ ചിന്തിച്ചു. എന്തുകൊണ്ട് ഈ തൊഴിൽ തുടർന്നും സ്വീകരിച്ചു കൂടാ! അച്ഛൻ അന്ന് ഏറ്റവും മുന്തിയ കൂലിയാണ് വാങ്ങുന്നത്. 200 രൂപ. സോമന് നൂറ്. ഇത് 1997 ലോ, 98 ലോ ആയിരിക്കും. പത്തുരൂപയും വാങ്ങി വർക്ക്ഷോപ്പിൽ എത്രകാലം ചെരയ്ക്കണം? സെൻട്രിങ് വർക്കിന് (വാർപ്പുപണിക്ക് പ്രാദേശികമായി പറയുന്ന പേര്) എന്താണ് കുഴപ്പം? ആരോഗ്യമുണ്ടെങ്കിൽ ഒരു കുടുംബം പോറ്റാനും കുറച്ചൊക്കെ മിച്ചം വെക്കാനും ഇതുകൊണ്ട് കഴിയില്ലേ?

നിവൃത്തികേടുകൊണ്ടും ഭീരുത്വംകൊണ്ടും സർവ്വോപരി മുൻവിധികൊണ്ടുമൊക്കെയാണ് എന്റെ ചിന്ത ഇങ്ങനെയൊക്കെ പോയത്. ഒരു നിർമ്മാണത്തൊഴിലാളി എന്ന നിലയിലെങ്കിലും വിജയിക്കാൻ കഴിഞ്ഞാൽ അതുതന്നെ വലിയ കാര്യം. ഇനിയീ തൊഴിലിൽ വൈദഗ്ദ്ധ്യം നേടാൻ കഴിഞ്ഞില്ലെങ്കിലും മേഖലയിലെ ഹെൽപ്പറായെങ്കിലും കാലം കഴിച്ചുകൂട്ടാം. ശാപവും പ്രാക്കും കേട്ട് തഴമ്പിച്ചു. ഇനി വയ്യ! ആ രാത്രി തീരുമാനമെടുത്തു. പിറ്റേന്ന് കുളിച്ച് റെഡിയായി അച്ഛനോട് കാര്യം അവതരിപ്പിച്ചു. അച്ഛനതിശയമായി. രാവിലെയായതിനാൽ മദ്യലഹരിയില്ലാതെ ക്ലീനാണ്. ഈ തൊഴിലിലേക്ക് വരണ്ട എന്നുപറഞ്ഞ് അദ്ദേഹം നിരുത്സാഹപ്പെടുത്തി, ദേഷ്യപ്പെട്ടു, ശാസിച്ചു. ഞാൻ നിലപാടിലുറച്ചു തന്നെ നിന്നു: സമ്മതിക്കണം. അച്ഛനോട് എന്റെ ഭാഗത്തു നിന്നെന്തെങ്കിലും തെറ്റുണ്ടായിട്ടുണ്ടെങ്കിൽ പൊറുക്കണം. അച്ഛൻ പറയുന്നത് ശരിയാണ്. വിജയിക്കാനും മുന്നേറാനുമുള്ള കഴിവ് എനിക്കില്ല. മണ്ടനാണെങ്കിലും ജീവിക്കണ്ടേ. ഒടുവിൽ അദ്ദേഹത്തിന് വഴങ്ങേണ്ടി വന്നു. അങ്ങനെ ഞാനെന്റെ തൊഴിലിടം കണ്ടെത്തി. അതുവരെ പഠിച്ചുനേടിയ തിയറികളും സർട്ടിഫിക്കറ്റുകളുമെല്ലാം മനസ്സുകൊണ്ട് കീറി ആകാശത്തേക്ക് പറത്തി!

8

പക്ഷേ, ആദ്യത്തെ പോലെയായിരുന്നില്ല സൈറ്റിൽ പിന്നീടങ്ങോട്ടുള്ള ദിവസങ്ങളിൽ അച്ഛന്റെ സമീപനം. എന്തുചെയ്താലും കുറ്റം! ഉട

മസ്ഥരുടേയും സഹപ്രവർത്തകരുടേയും മുന്നിൽനിന്ന് എന്നെ ഭർത്സിക്കുന്നതിലും തരംതാഴ്ത്തുന്നതിലും അദ്ദേഹം രസം കണ്ടെത്തുന്നതു പോലെ. ഒരു കാര്യം ഒരുതവണ പറഞ്ഞാൽ കേട്ടുകൊള്ളണം. ഒടക്ക്, ഒട്ട്, തൂക്കുണ്ട, മട്ടം, റണ്ണർ, ഒരു മിനുസം, ഒരു പൊടി..... ഇങ്ങനെയൊക്കെയാണ് വാർപ്പിടത്തിലെ വൊക്കാബുലറി. രണ്ടാമതെന്തെന്ന് ചോദിച്ചാൽ പ്രശ്നം. നിനക്കെന്താ ചെവി കേൾക്കില്ലേ? ചീത്ത. ചെറിയ തോതിലുള്ള കൈയേറ്റത്തിനും അദ്ദേഹം മുതിർന്നു. ഒരുപക്ഷേ, ഉള്ളാലെ, ഇതൊക്കെ കേട്ട് സഹികെട്ട് മേഖല വിട്ടുപൊയ്ക്കൊള്ളും എന്ന് കരുതിയിരുന്നോ, എന്തോ? എന്നാൽ ഞാനൊരു തീരുമാനത്തിലുറച്ചിരുന്നു. എന്തൊക്കെ സഹിക്കേണ്ടി വന്നാലും ഈ പണി പഠിച്ചെടുക്കുക തന്നെ ചെയ്യും. അച്ഛനോളം പോന്ന ഒരു പണിക്കാരനായിത്തീരണം. എന്റെ ഇടുക്കമുള്ള മനസ്സിന്റെ മഹത്തായ സ്വപ്നം അതു മാത്രമായി. സെൻട്രിങ് വർക്കറാകുക! മറ്റുപല ജോലികളുടെയും അംശങ്ങൾ കൂടിച്ചേർന്ന് രൂപംകൊണ്ട തൊഴിലാണ് സെൻട്രിങ്. മരപ്പണി, ഇരുമ്പുപണി, പ്ലാസ്റ്ററിങ്.... അതൊക്കെ വളരെ സവിശേഷമായിത്തോന്നി. പിന്നെ വർക്ക്ഷോപ്പിലെ പോലെ ഒരിടത്തുതന്നെ ചടഞ്ഞ് ജോലി ചെയ്യേണ്ട. ഓപ്പൺ എയർ. ഇന്നൊരു സ്ഥലത്തെങ്കിൽ നാളെ വേറെയിടം, വേറെയാളുകൾ, വൈവിദ്ധ്യങ്ങൾ. അതൊക്കെയും ത്രില്ലിങ്ങായി അനുഭവപ്പെട്ടു. കഴിവിനനുസരിച്ച് കൂലി കൂടിക്കൊണ്ടിരിക്കുകയും ചെയ്യും.

അച്ഛനെന്നോടുള്ള വേർതിരിവും ശകാരവുംകണ്ട് കോൺട്രാക്ടർക്കും സഹപ്രവർത്തകർക്കും വല്ലാതായി. വീട്ടിലും ഇങ്ങനെയൊക്കെയാണെന്ന് കേട്ടപ്പോൾ അവർക്കത്ഭുതം. പിന്നീട് എന്നെയും അച്ഛനെയും ഒരേ സൈറ്റിലേക്ക് വിടാതിരിക്കാൻ കോൺട്രാക്ടർ ശ്രദ്ധിച്ചു.

9

ഒരുവർഷമായപ്പോൾ കൂലി ഇരട്ടിയായി. ആത്മവിശ്വാസമായി. രംഗത്തെ ഒരുവിധം ജോലിയൊക്കെ വശമായിക്കഴിഞ്ഞിരിക്കുന്നു. മെയിൻപണിക്കാരനാകുക എന്ന ആഗ്രഹംകൊണ്ട് ഞാൻ മറ്റൊരു കോൺട്രാക്ടറുടെ കീഴിലേക്ക് മാറി. ഏതു കടുകട്ടി സംശയവും എനിക്ക് ഫീൽഡിലെ പെരുന്തച്ചനായ അച്ഛനോട് ചോദിച്ച് നിവർത്തിക്കാം. അദ്ദേഹത്തിനറിയാത്തതായി യാതൊന്നുമില്ല. കെട്ടിടനിർമ്മാണം മാത്രമല്ല പാലംപണിയും അറിയാം. അതൊരു അനുകൂല ഘടകമായി. നിർമ്മാണമേഖലയിലെ മറ്റു ജോലികൾപോലെയല്ല സെൻട്രിങ് വർക്കിന് കണക്ക് നിർണ്ണായക ഘടകമാണ്. എനിക്കാണെങ്കിൽ കണക്ക് ഇഷ്ടവിഷയവുമാണ്.

സിനിമയായിരുന്നു അക്കാലത്തെ എന്റെ പ്രധാന ഹോബി. റിലീസാകുന്ന എല്ലാ പടവും കാണും. കിട്ടുന്ന പൈസ ഒരുക്കൂട്ടി വെക്കുന്ന ശീലമില്ല. അത്രയും പൊടിക്കും. ജോലി ചെയ്യുക, സിനിമ കാണുക.

മറ്റൊരു ലോകം എനിക്കില്ല. ഏത് കോൺട്രാക്ടറുടെ കീഴിൽ ജോലി ചെയ്താലും അവർക്കെല്ലാവർക്കുമെന്നെ കാര്യമായിരുന്നു. കാരണം ഞാൻ പരമാവധി അവധിയെടുക്കില്ല. ജോലിയിൽ സത്യസന്ധത വിട്ടൊരു കളിയില്ല. എത്ര റിസ്കുള്ള ജോലിയായാലും അത് ചെയ്തിരിക്കും.

ഒരുദിവസം ഞാൻ പുഴയിൽനിന്ന് കുളിച്ചു മടങ്ങുകയായിരുന്നു. എന്റെ സഹപാഠികളായിരുന്ന മൂന്നാലുപേർ അമ്പലപ്പറമ്പിൽ കൂട്ടംകൂടി നില്ക്കുന്നുണ്ട്. എന്നെ കണ്ടപ്പോൾ 'നല്ലവണ്ണം പഠിച്ചിരുന്ന നിനക്ക് ഒടുവിൽ കിട്ടിയത് വാർപ്പുപണിയാണല്ലോ' എന്നൊക്കെ സഹതപിച്ച് കളിയാക്കി. പിന്നെ വേറൊരു ചോദ്യശരവും അവരെയ്തു. മുമ്പും അതുണ്ടായിട്ടുണ്ട്. 'നീയെന്താണ് ആരുമായും കമ്പനിയില്ലാതെ, ഒന്നിലും കൂടാതെ..... സാരമില്ല ഞങ്ങളൊരു ക്ലബ്ബ് തുടങ്ങുകയാണ്. അതിലൊക്കെ ചേരണം.' അവരിൽനിന്ന് നടന്നകന്നപ്പോൾ ഉറപ്പായി. ഉള്ളിലൊരു കരടുണ്ട്. ജോലിയെപ്പറ്റി അവർ പറഞ്ഞത് അധികം ഫീൽ ചെയ്തില്ല. പക്ഷേ, രണ്ടാമതു പരാമർശിച്ചത് ഒരു പോരായ്മയായി വേട്ടയാടി. സമപ്രായക്കാർ ഭൂരിഭാഗവും നാട്ടിലെ ഏതെങ്കിലും ഒരങ്ങാടിയുമായി ബന്ധം സ്ഥാപിച്ച് അസ്തിത്വമുറപ്പിച്ചു കഴിഞ്ഞു. സാധാരണ ആൺകുട്ടികൾ അങ്ങനെയാണല്ലോ. മാത്രമല്ല അവരധികം പേരും ക്ലബ്ബ്, ആരാധനാലയം, പൂരാഘോഷക്കമ്മിറ്റികൾ, രാഷ്ട്രീയ യുവജന സംഘടനകൾ, സാംസ്കാരിക കൂട്ടായ്മകൾ തുടങ്ങിയതിലേതിലെങ്കിലുമൊക്കെ സജീവമാണ്. അതൊക്കെ പോയിട്ട് എനിക്കൊരു സുഹൃത്തുപോലുമില്ല! ആ ബോധം നോവിച്ചുതുടങ്ങിയപ്പോൾ ഞാനും അത്തരത്തിലൊക്കെ കൂട്ടുകൂടാനും, സാമൂഹികമായി ഇടപഴകാനും ശ്രമം നടത്തിനോക്കി. പക്ഷേ, എന്റെ ജനുസ്സ് - കൂട്ടത്തിൽ പൊരുത്തപ്പെട്ടുപോകാത്തതും, സംതൃപ്തി കിട്ടായ്കയുമൊക്കെ - തിരിഞ്ഞുകൊത്തി. അതൊന്നും എനിക്ക് പറഞ്ഞിട്ടുള്ളതല്ല എന്ന നിരാശയിൽ ഉള്ളിലേക്കു തന്നെ കുറച്ചധികം കൂടി ഞാൻ ചുരുങ്ങി. വിഷാദം അസുഖകരമായ തണുപ്പുപോലെ മരവിപ്പിച്ചു തുടങ്ങുന്നു.

10

പ്രശാന്ത് ഏഴാംക്ലാസുവരെ ഒരുമിച്ച് പഠിച്ച എന്റെ സതീർത്ഥ്യനായിരുന്നു. ശേഷം അവനെ രക്ഷിതാവ് നഗരത്തിലുള്ള ടെക്നിക്കൽ സ്കൂളിലേക്ക് മാറ്റിച്ചേർത്തു. പിന്നെ പോളിയിൽ ചേർന്നു. അന്ന് പ്രശാന്ത് വിട പറഞ്ഞുപോകുമ്പോൾ അവന്റെ പിതാവിനോടെനിക്ക് ദേഷ്യമായിരുന്നു. ഉയരങ്ങളിലേക്ക് പോകേണ്ട മകന്റെ ഭാവിയിന്മേലുള്ള അദ്ദേഹത്തിന്റെ കരുതലാണെന്ന് അന്നറിയില്ലല്ലോ. ടൗണിൽ നിന്നൊരിക്കൽ പ്രശാന്തുമൊന്നിച്ച് ബസിൽ യാത്ര ചെയ്യേണ്ടിവന്നു. ക്ലാസിൽ നന്നായി പഠിക്കുന്ന നമ്പർവൺ വിദ്യാർത്ഥിയായിരുന്നു അവൻ. രണ്ടാ

മനോ, മൂന്നാമനോ ഒക്കെയായി ഒരുസ്ഥാനം എനിക്കുമുണ്ടായിരുന്നു. ഞാനതേല്ക്കാൻ സന്നദ്ധനായിരുന്നില്ലാന്ന് മാത്രം. കമ്പ്യൂട്ടർ എഞ്ചിനീയർ ആയി തിരുവനന്തപുരത്ത് പ്രശാന്ത് ജോലി നേടിക്കഴിഞ്ഞു. ഞാനും ഒരുദ്യോഗക്കാരനാകും എന്നായിരുന്നത്രെ നിനച്ചിരുന്നത്. അങ്ങനെയായിത്തീരാത്തത് അവനത്ഭുതമായി. എന്റെ കൈകാലുകളിലെ കോൺക്രീറ്റ് കറകളും വെയിലുകൊണ്ട് കരിവാളിച്ച ദേഹവും പ്രശാന്തിനെ വിഷമിപ്പിച്ചു. അധികം വെളിപ്പെടുത്താതെ ഞാനെന്നെ ഒളിപ്പിക്കാൻ ശ്രമിച്ചെങ്കിലും ആ സാമർത്ഥ്യക്കാരനെന്നെ കണ്ടെത്തുക തന്നെ ചെയ്തു.

11

വീട്ടിലെത്തിയപ്പോൾ ഉമ്മറത്തുനിന്ന് അച്ഛനുമമ്മയും അനിയനും കൂടി എന്തോ ചർച്ചയിലാണ്. സന്തോഷമുള്ള കാര്യമാണെന്നൂഹിച്ചു. അച്ഛനെ നേരിട്ട് അഭിമുഖീകരിക്കാറില്ല. ഞാനകത്തേക്ക് ചെന്നപ്പോൾ "കാട്ടുകോഴിക്കെന്ത് സംക്രാന്തി" എന്ന് അച്ഛൻ പരാമർശിക്കുന്നത് കേട്ടു. എന്നെപ്പറ്റിയാണെന്ന് മനസ്സിലായി. അമ്മയോട് കാര്യം തിരക്കി. അനിയൻ പഠിക്കുന്ന ട്യൂട്ടോറിയൽ കോളേജിലെ മാഗസിനിൽ അവന്റെയൊരു കവിത അച്ചടിച്ചതാണ് വിഷയം. അനിയനത് അഭിമാനത്തോടെ അച്ഛനുമമ്മയ്ക്കും കാണിച്ചുകൊടുത്തതാണ്. അസ്തമയത്തെപ്പറ്റിയുള്ള നാലുവരി കവിത. കലയോടും സ്പോർട്സിനോടുമൊക്കെ അച്ഛന് ആദരവാണ്. അദ്ദേഹമന്നാദ്യമായ് അനിയനെ കലവറയില്ലാതെ അഭിനന്ദിച്ചു. "കണ്ടോ, കണ്ടുപഠിക്ക്." എന്നോടാണ്. "നിനക്ക് പിന്നെ വാർപ്പിന്റെ പണി മാത്രമല്ലേ പറ്റൂ."

കൂട്ടത്തിലെ ദുർബ്ബലനെ വേട്ടയാടുക എന്നത് സമൂഹത്തിന്റെ സഹജസ്വഭാവമാണെന്ന് പിടികിട്ടിയിരുന്നു. കുത്തിനോവിക്കാൻ ഒരിരയെ എപ്പോഴും ആൾക്കൂട്ടവും സ്ഥാപനങ്ങളും കാംക്ഷിക്കുന്നു. ഒന്നും കിട്ടിയില്ലെങ്കിൽ മറ്റൊന്നിലും ഇടപെടാതെ ജോലിയിൽ മാത്രം വ്യാപൃതനായ ആളെ പാതിമനസ്സോടെ സമൂഹം ഇര എന്ന നിലയിൽ ഇകഴ്ത്താൻ ശ്രമിക്കും. മനം ദുർബ്ബലമായവർ എളുപ്പം ആ കെണിയിൽ പെടും. എന്തെങ്കിലും കുപ്രസിദ്ധിയോ ദുശ്ശീലമോ ഉള്ള ആൾക്കുപോലും ഈ സന്ദർഭത്തിൽ പരിഗണനയുണ്ട്! അച്ഛനന്ന് തൊടുത്തുവിട്ട ചോദ്യം പിന്നെ ചുറ്റുപാടുകളിലേക്ക് പടരുന്നത് ഞാൻ കണ്ടു. വാർപ്പുപണിക്ക് മാത്രം പറ്റുന്ന ഒരുവൻ! എന്നാലും നേരിയൊരു സമാധാനമുണ്ട്. ഒന്നിനും കൊള്ളാത്തവൻ എന്നതിൽ നിന്ന് പ്രൊമോഷനുണ്ടല്ലോ. ഭാഗ്യം! എന്തായാലും ജനിച്ചുപോയില്ലേ, എങ്ങനെയെങ്കിലും പിഴച്ചുപോട്ടെ.....

12

രണ്ടുവർഷം കഴിഞ്ഞുപോയി. സംഘർഷത്തിനും പിരിമുറുക്കത്തിനും ഒരു കുറവുമില്ല. മാത്രമല്ല അത്യദ്ധ്വാനമുള്ള ജോലിക്ക് വേണ്ടത്ര ഭക്ഷണം ഞാൻ കഴിക്കുന്നില്ല. ദേഹം മെലിഞ്ഞിടത്തുനിന്നും വീണ്ടുമുണങ്ങി. കവിളുകൾ കുഴിഞ്ഞു. ഉറക്കക്കുറവുമുണ്ട്. ആ കാലത്തെ ഫോട്ടോ കണ്ടാൽ ഇന്നും എനിക്ക് സങ്കടം തോന്നും. ഞാൻ കല്യാണം പോലുള്ള വിശേഷങ്ങളിൽ നിന്നൊക്കെയും മനഃപൂർവ്വം ഒഴിഞ്ഞുനിന്നു. ഇനി നിർബ്ബന്ധമായി പങ്കുകൊള്ളേണ്ട അവസരങ്ങളിലെല്ലാം ആരുടേയും ശ്രദ്ധയിൽപ്പെടാതെ ഒളിച്ചെന്ന പോലെ വിദഗ്ദ്ധപൂർവ്വം പോയി സദ്യയുണ്ടു പോരും. ആ സന്ദർഭങ്ങളിലെപ്പോഴോ മദ്യപാനം ഒരു പ്രത്യേക വിഭാഗവുമായി സഹവർത്തിത്വത്തിലാകാനും ടെൻഷൻ കുറേയൊക്കെ ലഘൂകരിക്കാനും പറ്റിയ ഒരിടമാണെന്ന ചിന്ത ഉണ്ടായി. വൈകുന്നേരം പങ്കിട്ട് ഒരു ഹാഫിനോ, ഫുള്ളിനോ ഉള്ള പണമൊപ്പിക്കുക. എന്നിട്ട് പുഴയിലോ ഒഴിഞ്ഞ സ്ഥലങ്ങളിലോ കമ്പനിയടിച്ച് മദ്യപിക്കുക! അപകർഷതയ്ക്കും സമ്മർദ്ദത്തിനുമപ്പോൾ കാര്യമായ കുറവുണ്ട്. ഒറ്റയ്ക്കാണെന്ന ഫീലിങ്ങുമില്ല. വിവിധ തുറകളിലുള്ള വ്യക്തികളാണ് പങ്കാളികൾ. അങ്ങനെയൊരു സംഗതി എങ്ങനെയോ രൂപപ്പെട്ടു. പക്ഷേ, ഒരു കുഴപ്പമുണ്ടായിരുന്നു. മദ്യത്തിന്റെ ലഹരി വിട്ടാൽ ഉള്ള ഹാങ്ങോവറും കുറ്റബോധവും സഹിച്ചുകൂടാ! അച്ഛനെന്ന കുടിച്ചു നശിച്ച ഒരു ജീവിതം മകുടോദാഹരണമായി മുന്നിലാടി തിമിർക്കുന്നുണ്ട്. അതു മൂലമുള്ള കെടുതികൾ അമ്മയും ഞാനും അപ്പോഴും അനുഭവിച്ചുകൊണ്ടിരിക്കുന്നു. ഇനി എന്റെ വഴിയും ആ പാതാളത്തിലേക്ക്!?!? പുതിയ കൂട്ടുകെട്ടിലൂടെ കൗമാരചാപല്യങ്ങളായ മറ്റു ദുശ്ശീലങ്ങളിലേക്കും വഴുതുന്നുണ്ട്. എന്തൊരു മഠയനും അവിവേകിയുമാണ് ഞാൻ? അനുഭവത്തിൽനിന്ന് യാതൊരു പാഠവും പഠിക്കുന്നില്ല! ഇങ്ങനെയൊക്കെ പുലരുന്നതിലും ഭേദം നശിച്ചയീജന്മം തന്നെ അങ്ങവസാനിപ്പിക്കുകയല്ലേ? എന്നാൽ ഒന്നുമറിയേണ്ട, സ്വസ്ഥം....

13

ഒരൂക്ക് പിന്നിട്ടപ്പോൾ നിർമ്മാണമേഖലയിലെ ചൂടും മഴയുമൊക്കെ പ്രശ്നമായി തുടങ്ങി. അത്യുഷ്ണം അല്ലെങ്കിൽ മഴ! ഇതുരണ്ടും ഫീൽഡിൽ സർവ്വാത്മനാ ഏല്ക്കണം. വെയിലേറ്റ് കിനിയുന്ന വിയർപ്പ് ബാഷ്പീകരിക്കുമ്പോഴും രക്തം പനിക്കുമ്പോഴും ഒരസ്വാഭാവിക ഗന്ധം ഉയരാറുണ്ട്. ഹോ.....! മുമ്പ് പഠിപ്പിച്ച അദ്ധ്യാപകർ കാണുമ്പോഴൊക്കെയും പഠിച്ച മേഖലയിലേക്ക് തന്നെ മടങ്ങൂ എന്നുപദേശിക്കുന്നുണ്ട്! ഇത്രയും മെലിയുന്നതെന്തുകൊണ്ട്? ഒന്ന് കണ്ണാടി നോക്ക്! ഇങ്ങനെ പരിഭവിക്കുന്നവരും ഏറെ. ദേഹം ഉണങ്ങുന്നതിന് പ്രധാനപ്പെട്ട കാരണം

വെയിലുകൊണ്ടുള്ള ഈ ഭാരിച്ച ജോലി തന്നെ. എന്തുചെയ്യണം? ആകെ ആശയക്കുഴപ്പത്തിലായി. ജോലിസംബന്ധമായി പ്രശ്നം, വ്യക്തിപരമായ സംഘർഷം.... ഒരുപദേശം തരാൻ, ഇടറുമ്പോൾ ഒന്ന് കൈപിടിക്കാൻ ആരുമില്ല. വാസ്തവത്തിൽ ഈ ജോലിക്കിറങ്ങാൻ തീരുമാനിച്ച അന്ന് അച്ഛനെന്നെ വിലക്കിയത് ഇതുകൊണ്ടൊക്കെകൂടിയല്ലേ? ഇനി അച്ഛനോടിതിനെപ്പറ്റി സംസാരിക്കുന്നത് ശരിയാവില്ല. വേറാരാണെനിക്കുള്ളത്? ജ്യേഷ്ഠനില്ല, അമ്മാവന്മാരില്ല, ചെറിയച്ഛ - വലിയച്ഛന്മാരില്ല, അച്ഛച്ഛനോ മുത്തച്ഛനോ ഇല്ല. നേർബന്ധമെന്ന് പറയാവുന്ന ബന്ധുക്കളും കുറവ്. ജീവിതത്തിൽ ഏറെക്കാലം വിമ്മിട്ടപ്പെട്ടിരുന്ന പരിഭവമാണിത്. എനിക്കച്ഛൻ മാത്രമേയുള്ളൂ. പിൻബലമില്ലാതെ ജീവിച്ച് പിന്നെയത് ശീലമായി. ഇന്നാരുടെയെങ്കിലും സഹായമേല്ക്കുമ്പോഴാണ് പ്രയാസം.

ആകെയുള്ള രസം വ്യത്യസ്തവും റിസ്കുള്ളതുമായ ജോലികൾ ഏറ്റെടുക്കലായിരുന്നു. വൈവിദ്ധ്യങ്ങൾ പരീക്ഷിക്കുന്ന സമുച്ചയങ്ങൾ, ഉയരം കയറി സാഹസികമായി ചെയ്യേണ്ട ജോലികൾ. ഞാനെന്റെ ശ്രദ്ധ അതിൽ കേന്ദ്രീകരിച്ചു നോക്കി. അവിടെ വൻവിജയമായിരുന്നു. അച്ഛൻ വയ്യെന്നു പറഞ്ഞൊഴിവാക്കിയ ജോലികൾവരെ അങ്ങനെ ഞാൻ ചെയ്തിട്ടുണ്ട്. ഇരുട്ട് നിറഞ്ഞ 30 കോൽ ആഴമുള്ള പള്ളിക്കിണറ്റിലിറങ്ങി നെല്ലിപ്പടി വാർത്തതൊക്കെ ഇന്നോർക്കുമ്പോൾ അതിശയമാണ്.

മദ്യപാനക്കമ്പനി വല്ലപ്പോഴുമൊക്കെയുണ്ട്. കുറച്ചുകാലം കഴിഞ്ഞപ്പോൾ ജോലിയിൽ വൈവിദ്ധ്യങ്ങൾ ചെയ്യുന്നതിലുള്ള ത്രിൽ നഷ്ടപ്പെട്ടു. ഒരു ബോധം എങ്ങനെയോ ഉറയ്ക്കാൻ തുടങ്ങി. ഞാനീ തൊഴിൽ ചെയ്യേണ്ട ആളല്ല! ഇത് പരുക്കനും, അന്തസ്സു കുറഞ്ഞ ജോലിയുമാണ്. വേറെന്തോ ആണെന്റെ മേഖല. ഈ തൊഴിലിൽ വിജയിക്കാൻ കഴിഞ്ഞെങ്കിൽ ഒന്നാഞ്ഞ് ശ്രമിച്ചാൽ ഞാൻ പഠിച്ച ഐ ടി ഐ മേഖലയിലും വിജയിക്കാൻ കഴിഞ്ഞേക്കും. താല്ക്കാലികമായ കഷ്ടപ്പാടുകൾ സഹിക്കണം. പ്രധാനപ്പെട്ടതും ദൂരത്തുള്ളതുമായ ഏതെങ്കിലും കമ്പനിയിൽ വെൽഡറായി ജോലിക്ക് കയറിയാൽപ്പിന്നെ വീട്ടുകാരുമായും ചുറ്റുപാടുമായും അധികം ഇടപെടേണ്ടതായി വരില്ല. ഇതു വിടണോ, വേണ്ടയോ? ശങ്ക കനത്തു.

14

ഒരുദിവസം എന്റെ വിലാസത്തിലൊരു ലെറ്റർ വന്നുകിടക്കുന്നു. ആദ്യമൊക്കെ ഐ ടി ഐയിൽ ഒപ്പം പഠിച്ചിരുന്ന സ്വപ്നജീവിയായ സുധീർ എന്ന സഹപാഠി കത്തുകൾ അയച്ചിരുന്നു. കുറേ കഴിഞ്ഞപ്പോൾ അത് തനിയെ നിലച്ചു. പിന്നെ പോസ്റ്റ്മാൻ എന്റെ പടി കയറിയിട്ടില്ല. നോക്കുമ്പോൾ ISROയിൽനിന്ന് അപ്രന്റീസിനുള്ള ഇന്റർവ്യൂ കാർഡായിരുന്നു. കോഴ്സ് കഴിഞ്ഞ് നാലരവർഷത്തിന് ശേഷം.......! അതിനിടയ്ക്ക് പരുക്കൻ ജീവിതം കുറേ അനുഭവിച്ചു കഴിഞ്ഞിരിക്കുന്നു.

സന്തോഷവും ആശ്വാസവും തോന്നി. രക്ഷപ്പെടാനും, സമൂഹത്തിൽ നിന്നൊഴിഞ്ഞുകഴിയാനുമുള്ള ഒരു തുരുത്താണ് ISRO. നന്ദി, ഞാൻ വരുന്നു.

വിഷയം വീട്ടിലവതരിപ്പിച്ചപ്പോൾ രക്ഷിതാക്കൾക്ക് സമ്മതവുമില്ല, സമ്മതക്കുറവുമില്ല. ഉപേക്ഷിച്ച നോട്ട്ബുക്കുകൾ തപ്പി മറന്ന തിയറികളും മാത്സും പുതുക്കി. ഇന്റർവ്യൂ കഴിഞ്ഞു. കിട്ടും; കിട്ടാതിരിക്കില്ല. ട്രെയിനിങ് വിജയകരമായി പൂർത്തീകരിച്ചാൽ ISROയിൽ പിന്നീട് വരുന്ന ഒഴിവുകൾക്ക് പ്രയോറിറ്റി ഉണ്ട്. വേറെ ജോലി നേടാനും പിന്നെ പ്രയാസമുണ്ടാവില്ല. നശിച്ചയീ ചൂടിൽനിന്നും കനത്ത മഴയിൽനിന്നു കൂടിയാണ് മോചനം.

ഇന്റർവ്യൂ കഴിഞ്ഞ് കഷ്ടി ഒരാഴ്ച പിന്നിട്ടുകാണും. അന്തിക്ക് പണി മാറ്റി ഞാൻ വീട്ടിലെത്തിയപ്പോൾ അച്ഛൻ ഇടത്തെ കാലിന് പ്ലാസ്റ്ററിട്ട് ഉമ്മറത്തിരിപ്പുണ്ട്. ജോലിക്കിടയിൽ കോണിയുടെ അഴിപൊട്ടി വീണതാണ്. എല്ലിന് ചെറിയ പൊട്ടലുണ്ട്. അമ്മ അച്ഛനെ പരിചരിക്കുന്നു. എന്തോ ആ സമയം അവർ നല്ല സ്വരച്ചേർച്ചയിലും ഐക്യത്തിലുമായിരുന്നു. അപൂർവ്വമായ കാഴ്ച! വിഷമത്തിനിടയിലും സമാധാനം തോന്നി. ഏതാണ്ട് ഒരുമാസം റെസ്റ്റ് വേണമായിരുന്നു. അമ്മ പ്രധാനപ്പെട്ട വസ്തുത സൂചിപ്പിച്ചു. അച്ഛന് കുടിക്കാതിരിക്കാനാവില്ലല്ലോ. മദ്യം കിട്ടാതാവുമ്പോൾ ദേഹം വിറയ്ക്കലും വിഭ്രമവുമൊക്കെ വരും. മൂപ്പരെയിനി ശരിയാക്കാനൊന്നും പറ്റില്ല. അതുകൊണ്ട് എന്നും വൈകുന്നേരം ഒരു കുപ്പി ബ്രാണ്ടി വാങ്ങി കൊടുക്കണം. ശരി. സന്തോഷത്തോടെ ഞാനേറ്റു. അങ്ങനെ ദിവസവും ഒരു ഹാഫ്ബോട്ടിൽ. അച്ഛനത് ഊഴംവെച്ച് തീർക്കും. വൈകുന്നേരം ഞാൻ വരുന്നതും കാത്തുള്ള അദ്ദേഹത്തിന്റെ ഇരിപ്പുകാണുമ്പോൾ അകം വിങ്ങും. ഒരുകുട്ടി മിഠായിപ്പൊതികൾ കാണുമ്പോഴും കാത്തിരിക്കുമ്പോഴുംപോലെ! ആ സന്ദർഭത്തിലാണ് അച്ഛൻ എന്നോട് അല്പം സ്നേഹത്തോടും മയത്തോടും പെരുമാറിയത്. അച്ഛനെന്റെ പേര് വിളിച്ചു. സൈറ്റിലെ കാര്യങ്ങൾ തിരക്കി. ജോലിയിലെ ചില പ്രത്യേക കണക്കുകളും ട്രിക്കുകളും പറഞ്ഞുതന്നു. മറ്റാർക്കും കനിഞ്ഞുനല്കാതെ അദ്ദേഹം സൂക്ഷിച്ചത്. രംഗത്തെ അദ്ദേഹത്തിന്റെ അപ്രമാദിത്വത്തിന്റെ രഹസ്യം മനസ്സിലായി. അനിയനപ്പോൾ വർഷങ്ങൾക്കുശേഷം, തോറ്റ പത്താംതരം രണ്ടാമതെഴുതുകയും ഡിഗ്രിയെടുക്കണം എന്ന മോഹം പേറി നടക്കുകയുമാണ്. എന്നെപ്പോലെ വൈകി വന്ന തിരിച്ചറിവ്! അങ്ങനെ തുടരുമ്പോൾ ISROയിൽ ട്രെയിനിയായി നിയമിച്ചുകൊണ്ടുള്ള അപ്പോയ്ന്റ്മെന്റ് വന്നു. രണ്ടാഴ്ചത്തെ ഇടയുണ്ട്. ആകെ അങ്കലാപ്പായി. സാരമില്ല. ഒരാഴ്ച കൂടി കഴിഞ്ഞാൽ അച്ഛന്റെ പ്ലാസ്റ്റർ വെട്ടാൻ സമയമാകും. പിന്നെ ജോലിക്ക് പോകാം. അപ്രകാരം പ്ലാസ്റ്റർ വെട്ടി. പക്ഷേ, നൊണ്ട് അദ്ദേഹത്തിൽനിന്ന് വിട്ടുപോയില്ല. രണ്ടു ദിവസം ജോലിയെടുത്തപ്പോൾ കാല് നീര് വന്ന് വേദനയായി. ഡോക്ടറെ കണ്ടപ്പോൾ ആദ്യത്തെ ട്രീറ്റ്മെന്റിൽ ചില പിശകുകൾ പറ്റിയെന്നും ഒരു

മാസം വീണ്ടും പ്ലാസ്റ്ററിട്ടിരിക്കണമെന്നുമായി. അച്ഛനതിന് കൂട്ടാക്കാതെ ഇറങ്ങിപ്പോന്നു. ചികിത്സയ്ക്ക് കുപ്രസിദ്ധി കേട്ട ഹോസ്പിറ്റലായിരുന്നു അത്. അന്ന് വൈകുന്നേരം നൊണ്ടിനി മാറുമെന്ന് തോന്നുന്നില്ലാന്നും അധികകാലം തനിക്കീ പണിയെടുക്കാൻ കഴിയില്ല എന്നുമൊക്കെ അച്ഛൻ ആത്മഗതപ്പെടുന്നത് കണ്ടു. സാരമില്ല. അച്ഛന് ഞാനുണ്ടല്ലോ. ഞാന കമേ പറഞ്ഞു.

പണിക്ക് പോകാൻ വയ്യാതെ അച്ഛൻ വീണ്ടുമിരിപ്പായി. ഒരുഴിച്ചിലു കാരന്റെ ചില്ലറ തിരുമ്മു ചികിത്സയുണ്ട്. നൊണ്ടിനൊണ്ടിയാണെങ്കിലും ഷാപ്പിലേക്ക് മൂന്നുനേരം പോകും. ഞാൻ നിത്യവും അൻപതുരൂപ വെച്ച് കൊടുക്കും. ആ കാലത്ത് മൂന്ന് നേരം കുടിക്കാൻ ആ തുക ധാരാള മാണ്.

കുടുംബത്തിന്റെ ഉത്തരവാദിത്വം ഏറ്റെടുക്കേണ്ടത് ഒരു അനിവാ ര്യതയായിരിക്കുന്നു. മദ്യമില്ലാതെ അച്ഛന് ജീവിക്കാനാവില്ല. ISROയിൽ ട്രെയിനിയായ് പോയാൽ കുറഞ്ഞ തുക സ്റ്റൈപ്പന്റേ കിട്ടൂ. ഒരുകൊല്ലം അങ്ങനെ പോണം. സമയം അതിന് യോജിച്ചതല്ല. അതുകൊണ്ട് ഈ അവസരം ഒഴിവാക്കാം. മെച്ചപ്പെട്ട കമ്പനികളിൽ നിന്നിനിയും വിളി വരും. ഒന്നുരണ്ടുമാസം കഴിയുമ്പോഴേക്കും അച്ഛന് ഭേദമാകും. ഞാനങ്ങനെ ഒരു നിലപാടിലെത്തി.

15

അന്ന് അച്ഛന് പതിവുള്ള അമ്പതുരൂപ കൊടുക്കാൻ എനിക്ക് കഴി ഞ്ഞില്ല. തലേന്ന് കൂലി കിട്ടിയിരുന്നില്ല. ആ ദിവസം ഷാപ്പിൽ അച്ഛൻ കടംപറഞ്ഞ് കുടിച്ചു. രണ്ടാമതും ചെന്നപ്പോൾ ഷാപ്പുകാരന് അതൃപ്തി യായി. പിറ്റേ ദിവസവും കൂലി കിട്ടിയില്ല. കോൺട്രാക്ടർക്ക് ചില സാമ്പ ത്തിക പ്രശ്നങ്ങൾ ഉണ്ടായിരുന്നു. ഞാനച്ഛനോട് വിവരം പറഞ്ഞു. കൈയിൽ പണമില്ല. ഇന്ന് പറ്റ് മുഴുവൻ വാങ്ങിയിട്ടേ ഞാൻ വരൂ. എവി ടെയാണ് സൈറ്റെന്ന് അച്ഛൻ അന്നേരം തിരക്കി. സാമ്പത്തികമായി ഒന്നും കരുതിവെക്കാത്തതിന്റെ ഗതികേട് ഞാൻ ശരിക്കും അനുഭവിച്ചു! എത്ര വർഷങ്ങൾ ഇങ്ങനെ പോയി. ഈ രീതിയിൽ പോയാൽ ശരിയാ വില്ല. പണത്തിന്റെ കാര്യത്തിൽ ചില ചിട്ടകളൊക്കെ വേണം......

അന്നുച്ചയ്ക്ക് സൈറ്റിലേക്ക് എന്റെ നാട്ടുകാരായ രണ്ടുപേർ ഓട്ടോ യുമായി എത്തി. മുതലാളിയോട് അവർ സംസാരിക്കുന്നത് കെട്ടിടത്തിന്റെ മുകൾ നിലയിൽ നിന്നേ ഞാൻ കണ്ടിരുന്നു. ഇറങ്ങിച്ചെന്നപ്പോൾ അച്ഛന് സുഖമില്ലാന്നും ഇവരോടൊപ്പം പൊയ്ക്കൊള്ളു എന്നും മുതലാളി പറഞ്ഞു. “ഏയ് പേടിക്കാനൊന്നുമില്ല. ആശുപത്രിയിൽ കൊണ്ടുപോ യിരുന്നു.” വന്നവർ എന്റെ ആധിയെ നിസ്സാരമായി തള്ളി. എന്നാലും അസാധാരണമായി എന്റെ ഉള്ള് പിടച്ചു. അദ്ദേഹത്തിനാപത്തൊന്നും വരുത്തരുതേ.... ഓട്ടോയിലിരിക്കുമ്പോൾ മുഴുവൻ എന്റെ പ്രാർത്ഥന

അതായിരുന്നു. ഒരുപക്ഷേ, അമ്മയ്ക്കായിരുന്നെങ്കിൽ ഇത്രയും വേദനിക്കുമായിരുന്നില്ല എന്നുപോലും ദുഷ്ടപരമായി കടന്നു തപിച്ചു! ഇത്രയധികം ഞാനച്ഛനെ സ്നേഹിച്ചിരുന്നോ? അച്ഛനോടുള്ള സമീപനത്തിൽ എന്റെ ഭാഗത്ത് തെറ്റ് പറ്റിയല്ലോ എന്ന് ഖേദിച്ചു. ആരുടെയെങ്കിലും പക്കൽ നിന്ന് കടം വാങ്ങിയിട്ടെങ്കിലും കുറച്ചു രൂപ സംഘടിപ്പിച്ച് കൊടുക്കാമായിരുന്നു. കൂട്ടുകാർ ഇല്ലെങ്കിലും സഹപ്രവർത്തകർ ഏറെയുണ്ടല്ലോ. അവരുടെ മുന്നിൽ എന്തായാലും അപകർഷതയോ, ദുരഭിമാനമോ ഇല്ല. വേണമെന്ന് വെച്ചില്ല, അതാണ് സത്യം. ആർദ്രതയിലധിഷ്ഠിതമായ കുറ്റബോധം ഇരമ്പി. സ്നേഹിച്ചുതന്നെ ഞാനിതിന് പകരം വീട്ടും. എന്റെ പ്രിയപ്പെട്ട അച്ഛൻ....!

വണ്ടി വീട്ടുപടിക്കൽ എത്തിയപ്പോൾ അങ്ങിങ്ങായി കൊച്ചുകൊച്ചു ആൾക്കൂട്ടങ്ങൾ. എന്നെ കണ്ടപ്പോൾ അവർ നിശ്ശബ്ദരായി. കൂട്ടികൊണ്ടുവന്നവർ അർത്ഥം വെച്ച് അകന്നുമാറി. അസുഖകരമായ ഒരു ഗന്ധം. പിന്നീടാണ് മനസ്സിലായത് മരണത്തിനും മഹാശോകത്തിനും ഗന്ധമുണ്ടെന്ന്!

16

അച്ഛൻ ആത്മഹത്യ ചെയ്തതായിരുന്നു. അമ്മയോട് കുറച്ചുരൂപ എവിടെ നിന്നെങ്കിലും കടംവാങ്ങി തരാനപേക്ഷിച്ചു! അമ്മ അയൽപക്കത്തെവിടെനിന്നോ വാങ്ങിക്കൊടുത്തു. അച്ഛൻ ഷാപ്പിലെ പറ്റ് തീർത്തു. കുറച്ച് കള്ള് വാങ്ങി വീട്ടിലേക്ക് വന്നു. അമ്മ കുളിക്കാൻ പോയ തക്കത്തിൽ അദ്ദേഹം മദ്യത്തിൽ വിഷം ചേർത്ത്...... ആളുകൂടി ആശുപത്രിയിലെത്തിച്ചപ്പോഴേക്കും കഴിഞ്ഞിരുന്നു. പിടപ്പോ, സഞ്ചാരമോ പ്രകടിപ്പിച്ചിരുന്നില്ലെന്ന് ചിലർ സവിശേഷതപോലെ സൂചിപ്പിച്ചു. ഒരു ശലഭത്തെ പൂവിൽ നിന്നടർത്തിയെടുക്കുമ്പോലെ ലാഘവത്തിൽ അച്ഛൻ സ്വജീവനെ വേർപെടുത്തി! ആരേയും ബുദ്ധിമുട്ടിച്ച് അധികകാലം ജീവിക്കുന്നതിൽ അർത്ഥമില്ലെന്ന് പറഞ്ഞിരുന്നതായി അമ്മ സങ്കടംകൊണ്ടു.

17

അച്ഛൻ മരിച്ച് ഒരുവർഷം കഴിഞ്ഞപ്പോൾ അപ്രന്റീസ്ഷിപ്പിന് കൊച്ചിൻ ഷിപ്പ്യാർഡിൽ നിന്ന് ഇന്റർവ്യൂകാർഡ് വന്നു. ഇനി അത്തരം മോഹങ്ങൾക്കും ശ്രമങ്ങൾക്കും പ്രസക്തിയില്ലെന്ന് ബോദ്ധ്യമായിരുന്നു. ഞാനാണിപ്പോൾ കുടുംബനാഥൻ. ആ യാഥാർത്ഥ്യബോധം ഉരുത്തിരിഞ്ഞെങ്കിലും അന്തർമ്മുഖത്വത്തിനോ, പിരിമുറുക്കത്തിനോ കുറവു വന്നിരുന്നില്ല. വയസ്സ് കൂടുന്തോറും അത് തീക്ഷ്ണമാകുന്നതായാണ് അനുഭവം. അസ്വസ്ഥത അസഹ്യമാകുമ്പോൾ അച്ഛനെപ്പോലെ ആത്മഹത്യ ചെയ്യുന്നതാണ് ഉചിതമെന്ന് തോന്നും. സ്വയം വേദനിപ്പിച്ച് നിർമ്മമമായ

വ്യവസ്ഥിതിയോട് പ്രതികാരം ചെയ്യുക!

പഴയതുപോലെയായാൽ പറ്റില്ല, ആളുകളുമായി നന്നായി ഇട പഴകണമെന്നും സമൂഹത്തെക്കൊണ്ട് നല്ലത് പറയിപ്പിക്കണമെന്നും അമ്മ ശാസിക്കും. പക്ഷേ, കഴിയണ്ടേ? ആ നിസ്സഹായാവസ്ഥയിലും ഞാനെന്തോ ആയിതീരേണ്ട അല്ലെങ്കിൽ എന്തോ എനിക്കായി കാത്തിരിക്കുന്നു എന്നൊരു തോന്നലും ഉടലെടുത്തിട്ടുണ്ട്. എന്താണെന്ന് വിവേചിക്കാനാവുന്നില്ല. ധാരാളം പണമുണ്ടാക്കാനുള്ള യോഗമാണോ..... വിശേഷപ്പെട്ടതായി യാതൊന്നും എന്റെ പക്കലില്ല. അതോ ഇത് മാനസിക രോഗത്തിന്റെ ആരംഭമാണോ? ഭീതിയായി. അവസാനം ഒരു സൈക്യാട്രിസ്റ്റിനെ കാണാൻ തീരുമാനിച്ചു. ഞാനെന്തേ ഇങ്ങനെയായിത്തീർന്നു?! ഒളിച്ചും പതുങ്ങിയും അകലെയുള്ള ഹോസ്പിറ്റലിലേക്കാണ് കൺസൾട്ടിങ്ങിന് ചെന്നത്.

ഡോക്ടർ കാര്യങ്ങൾ വിശദമായി ചോദിച്ചറിഞ്ഞു. ബാല്യവും കൗമാരവും, അച്ഛനെപ്പറ്റിയും എല്ലാം. അദ്ദേഹം അപഗ്രഥിച്ചു: വളർന്നു വന്ന സാഹചര്യവും പാരമ്പര്യവും മാതാപിതാക്കളുടെ അവഗണനയുടേയുമൊക്കെ ഫലമായി രൂപപ്പെട്ട പ്രത്യേകവും സങ്കീർണ്ണവുമായ മാനസിക ഭാവമാണ്. Manic depresion, Bypoller, Delusional disorder..... അങ്ങനെ അന്നെനിക്കപരിചിതമായ പല മാനസികഭാവങ്ങളെപ്പറ്റിയും അദ്ദേഹം വിവരിച്ചു തന്നു. പേടിക്കേണ്ടതില്ല, മരുന്ന് കഴിച്ച് ബാലൻസ് ചെയ്യാം. പക്ഷേ, ഇപ്പോഴത് വേണ്ട. ഡ്രഗ്ഗിന് അഡിക്റ്റാവും. വെറും ഇരുപത്തിയൊന്ന് വയസ്സ് പ്രായമല്ലേയുള്ളൂ. സ്വയം വിചാരിച്ചാൽ ഏറെ മാറ്റിയെടുക്കാം. അതിനായി സാമൂഹികമായ കാര്യങ്ങളിൽ കഴിയുന്നത്ര സജീവമാകുക, ആൾക്കൂട്ടത്തിലേക്കിറങ്ങിച്ചെന്ന് അവരിലൊരാളാകുക. അതാണ് സേഫ്. പിന്നെ സുഹൃത്തുക്കളെ സമ്പാദിക്കുക. അതൊക്കെ പരീക്ഷിച്ച് പരാജയപ്പെട്ടതാണെന്ന് അറിയിച്ചപ്പോൾ എങ്കിൽ ജോലിയിൽ കൂടുതൽ സമയം മുഴുകുക - Extra dedicated. നിർമ്മാണ മേഖലയിൽ ആയതുകൊണ്ട് വേണമെങ്കിൽ കോൺട്രാക്ടറൊക്കെ ആകാം. കൂടുതൽ ബിസിയാകുക. മാറ്റം കാണും. എന്നിട്ടും പ്രയാസം തോന്നുന്നുവെങ്കിൽ കൾസൾട്ടിങ്ങിനൊന്നു കൂടി വരുക.

18

വാർപ്പുമേഖല മാത്രം കരാറെടുത്തു ചെയ്യുന്ന ഒരു കോൺട്രാക്ടറായി അങ്ങനെ ഞാൻ മാറി. എന്റെ ഉത്സാഹവും ജോലിയോടുള്ള ആത്മാർത്ഥതയും കാരണം വിചാരിച്ചതിനേക്കാൾ വർക്കുകൾ കിട്ടി. പണിക്കൂട്ടത്തിൽ ഒരാളായി ഞാൻ ജോലിക്കാരോടൊപ്പം കൂടുകയും ചെയ്തു. സാമ്പത്തികസ്ഥിതിയൊക്കെ കുറച്ച് നന്നായി. ബിസിയായപ്പോൾ ഞാനനുഭവിച്ചു കൊണ്ടിരിക്കുന്ന പിരിമുറുക്കത്തിന് കുറവുണ്ടെങ്കിലും കുറച്ചുകാലം പിന്നിട്ടപ്പോൾ വേറൊരു തലത്തിലുള്ള അസ്വസ്ഥ

തയ്ക്ക് വഴിയായി. ഒന്ന് മറ്റൊന്നായി രൂപം മാറി എന്നു പറയാം. നിർമ്മാണ മേഖലയിൽ വ്യക്തിയുടെ വാക്കിന് യാതൊരു വിലയുമില്ല. നാളെ വരുമെന്നുറപ്പിച്ച ജോലിക്കാർ അന്ന് വന്നുകൊള്ളണമെന്നില്ല. അതുവെച്ച് ജോലിക്കാരോട് കയർത്തിട്ടൊന്നും പ്രയോജനമില്ല. അതിനാൽ ഒരുപാട് സൈറ്റൊക്കെയാവുമ്പോൾ ധാരാളം ക്ലാഷ് വരും. പറഞ്ഞ സമയത്ത് വർക്ക് തുടങ്ങാനോ, പൂർത്തിയാക്കാനോ കഴിയില്ല. ഒരു പാർട്ടിയോടെനിക്ക് ഒരു തവണ വാക്ക് മാറ്റിപ്പറയാം. രണ്ടാമതും മൂന്നാമതും വാക്ക് തെറ്റിക്കാനെന്നെക്കൊണ്ടാവില്ല! കൺസ്ട്രക്ഷൻ മേഖലയിൽ ജോലി ചെയ്യുന്നവർക്കീ മനോഭാവം നന്നല്ല. കൂടുതൽ സത്യസന്ധനാകാനും മുതിരരുത്. കടം പറയാനും നിലപാടിൽ വഴക്കം പ്രകടിപ്പിക്കാനും കഴിയണം. കിട്ടുന്ന കരാർതുകയ്ക്കനുസരിച്ച് സമീപനം മാറ്റപ്പെടുത്താനും പറ്റണം. ഞാനങ്ങനെയൊന്നും ആയിരുന്നില്ല. അതുകൊണ്ട് തൊഴിൽമേഖല ക്ലേശകരമായി. കുറച്ചു പണമൊക്കെ കൈയിൽ വന്നപ്പോൾ ഈ തൊഴിലിടം വിട്ട് വേറെ രീതിയിലുള്ള ചില സംരംഭമൊക്കെ ചെയ്യാൻ ശ്രമിച്ചു. പക്ഷേ, വിജയിച്ചില്ല. 'നീ ജീവിതകാലം മുഴുവൻ കമ്പിയോടും സിമന്റിനോടും മല്ലിട്ട്, വെയിലും മഴയും ഏറ്റ്, ആളുകളുടെ ചീത്തയും കേട്ട് നീറിയും അതൃപ്തിയോടും ജീവിതം നയിക്കുക!' വാശിയോടെ ആരോ എന്റെ ചെവിയിൽ ഇങ്ങനെ മന്ത്രിക്കുന്നതായി അനുഭവപ്പെട്ടു; അശരീരി! 'നിനക്കൊരു സുഖവും തരില്ല, രക്ഷിക്കാൻ ആരും വരില്ല, നിന്റെ പ്രശ്നത്തിന് ഒരൗഷധവും ഫലിക്കില്ല!' ആ വിരാഗി എന്നെ നോവിച്ചുകൊണ്ടേയിരുന്നു. സാഹചര്യം എത്ര കരുത്തുറ്റ ബന്ധനമാണ്!

ശരി. ഞാൻ ദുർബ്ബലനാണ്, പതിതനാണ്. കീഴടങ്ങുന്നു. അസ്വസ്ഥതയിൽ നിന്ന് അസ്വസ്ഥതയിലേക്ക്, വേദനയിൽനിന്ന് വേദനയിലേക്ക് എന്നെയിട്ട് തട്ടിക്കളിച്ചുകൊള്ളുക. ഈയുള്ളവൻ മരിച്ചു ജീവിച്ചുകൊള്ളാം; ഒരാഘോഷവുമില്ലാതെ, ഒരു കൂട്ടത്തിലും കൂടാതെ..... സമ്മതം!

പത്മനാഭം/വെളിച്ചം

ഒരു വലിയപെരുന്നാളിന്റെ പിറ്റേന്ന്. പണിക്കാർ എത്തുമെന്ന പ്രതീക്ഷയുണ്ടായിരുന്നില്ല. വന്നാലായി. മൊബൈൽ സാധാരണമാകാത്ത കാലമാണ്. ഒരു വിശേഷദിനം കഴിഞ്ഞാൽ പിന്നങ്ങോട്ട് രണ്ടുമൂന്ന് ദിവസംകൂടി ലീവെടുത്ത് മടിപിടിച്ചിരിക്കുക നിർമ്മാണത്തൊഴിലാളികളുടെ സ്വഭാവമാണ്. അത്രയും കടുത്ത പ്രാരാബ്ദ്ധമുള്ളവർ മാത്രം ഇതിനപവാദം. വളാഞ്ചേരി പട്ടണത്തിൽ ഞാൻ കുറേ നേരം കാത്തിരുന്നു. സംശയിച്ച പോലെ ആരും വന്നില്ല. നാളെയും ചിലപ്പോൾ ഇതു തന്നെയായിരിക്കും സ്ഥിതി. ഇനി വീട്ടിൽ പോയിട്ടെന്തു ചെയ്യാൻ? കുറച്ചുനേരം കറങ്ങിത്തിരിഞ്ഞ് വേണമെങ്കിലൊരു സിനിമയ്ക്ക് പോകാം. അപ്പോഴേക്കും സന്ധ്യയായിക്കിട്ടും. അങ്ങനെ വിഷാദിച്ചു നില്ക്കുമ്പോൾ സുനി എന്ന എന്റെ മുമ്പത്തെ മദ്യപാനക്കൂട്ടത്തിലെ ഒരുത്തൻ വന്ന് തോണ്ടി: "എന്താപ്പോ, നമ്മുടെ കമ്പനിയിലേക്കൊന്നും കാണാറില്ലല്ലോ. വാ, ഒരാഫ് ഷെയറ് ചെയ്യാം." അവൻ പറഞ്ഞത് ശരിയാണ്. താല്ക്കാലിക സ്വാസ്ഥ്യവും നേരമ്പോക്കും ആകാറുള്ള ആ 'കമ്പനി'ക്ക് ഞാനധികം കൂടാറില്ല. അച്ഛൻ മരിച്ചതിന് ശേഷം പ്രത്യേകിച്ച്.

ഇല്ലെന്ന് പറഞ്ഞ് ഞാൻ സുനിയെ വിട്ടു. അവൻ മറ്റാരെയോ തിരഞ്ഞ് വേറൊരു ഭാഗത്തേക്ക് പോയി. വാസ്തവത്തിൽ അപ്പോഴെന്റെ വിഷാദം ഇരട്ടിച്ചു. മദ്യമില്ലാതെ ഒരു കൂട്ടിന് ആവുന്നില്ലല്ലോ. മദ്യപശ്ചാത്തലമില്ലെങ്കിൽ കൂട്ടുകൂടാൻ ശ്രമിക്കുന്നയിടമെല്ലാം എനിക്ക് മൂകതയും വിഷയദാരിദ്ര്യവും. അപ്പോൾ നേരിയ ഒരു മഴ ചാറി. ഞാനടുത്തുള്ള കെട്ടിടത്തിന്റെ പാസേജിലേക്ക് കയറിനിന്നു. 'ലൈറ്റ്നിങ്' എന്ന പുസ്തകക്കടയായിരുന്നു അത്. ചില്ലലമാരകളിൽ അനുവാചകരുടെ സ്പർശം മോഹിച്ചിരിക്കുന്ന പാവം പുസ്തകങ്ങൾ. ചാറ്റൽ മാറുന്നതും കാത്ത്

അവിടെ നിന്നു. പെട്ടെന്ന് എന്തോ ഒരു മാറ്റം സംഭവിച്ചതുപോലൊരു തോന്നൽ. ഒരു സുഗന്ധതെന്നൽ ഏറ്റപോലെ കുളിർമ്മ. എന്താണത്?! ചില്ലലമാരകളിലേക്ക് നോട്ടം ഒന്നുകൂടി പോയി. എന്റെയുള്ളിലൊരു പ്രകാശധാര മിന്നി! പുസ്തകങ്ങളെ കൂട്ടുകാരാക്കിയാലെന്താണ്? മഴ വർദ്ധിക്കുന്നു. ഞാനാ ഷോപ്പിലേക്ക് കയറി. ഏറെക്കാലമായി എന്നെ പ്രതീക്ഷിച്ചിരിക്കുന്ന ഒരാളെപ്പോലെ ഉടമസ്ഥനും സെയിൽസ്മാനുമായ ആ കണ്ണടക്കാരൻ ക്ഷണിച്ചു: "വരൂ." അതുകേട്ടപ്പോൾ എനിക്ക് അതിരറ്റ ആഹ്ലാദം ഉണ്ടായി. എന്തിനോ പരിഗണിക്കപ്പെട്ടപോലെ.... അയാളുടെ കുലീനമായ പെരുമാറ്റം. അതിന് മുമ്പൊരിക്കലും അത്രയും പ്രാധാന്യത്തോടും ഹൃദ്യമായും എന്നോടാരും പെരുമാറിയിരുന്നില്ല. പരിചയക്കാർ എന്നെ കണ്ടാലൊന്നും സംസാരിക്കില്ല. അപരിചിതരും അടുക്കാൻ ഇട വന്നിട്ടില്ല. അതൊന്നും അവരുടെ കുറ്റമല്ല. വികർഷിക്കുന്നതും ഇഷ്ടപ്പെടാത്തതുമായ എന്തോ എന്നിലുണ്ട്. ഇത്രകാലമായും കൂട്ടുകാരില്ലാതായി പോയതതുകൊണ്ടല്ലേ?

"പുതിയ ധാരാളം പുസ്തകങ്ങൾ എത്തിയിട്ടുണ്ട്, നോക്കൂ." എല്ലാതരം പുസ്തകങ്ങളും അടങ്ങിയിട്ടുള്ള ആ കടയിലെ സാഹിത്യഗ്രന്ഥങ്ങൾക്കു മാത്രമായി വേർതിരിച്ച ഭാഗത്തേക്ക് അയാൾ ചൂണ്ടിക്കാട്ടി. ഞാനങ്ങോട്ടു ചെന്നു. ആദ്യം ഏതു പുസ്തകമാണ് തൊട്ടതെന്ന് ഇപ്പോഴോർമ്മയില്ല. എന്തായാലും വിശുദ്ധവും പവിത്രവുമായ എന്തോ ഒന്ന് സ്പർശിക്കുന്നതുപോലെ ബഹുമാനപുരസ്സരമായിരുന്നു ഞാൻ പുസ്തകങ്ങളോടിടപെട്ടത് എന്നുറപ്പാണ്. കഥകൾ, കവിതകൾ, നോവലുകൾ, ജീവചരിത്രങ്ങൾ....... പലവിഭാഗക്കാരും 'എന്നെ സ്വീകരിക്കൂ, എന്നെ സ്വീകരിക്കൂ' എന്ന് വാശി പിടിക്കുന്നതുപോലെ. ആശയക്കുഴപ്പവും സങ്കടവുമായി. അതുവരെ സിനിമാവീക്കിലികൾ വായിച്ചതല്ലാതെ പുസ്തകങ്ങളോടുള്ള പരിചയം എനിക്കില്ല. ബഷീർ, തകഴി തുടങ്ങിയ എഴുത്തുകാരെ പാഠപുസ്തകങ്ങളിൽനിന്ന് വായിച്ച അറിവുണ്ട്. അവരുടെയെല്ലാം ഒന്നിലേറെ പുസ്തകങ്ങൾ എന്റെ കൈകളിലൂടെ കടന്നുപോയി. ഒടുവിൽ കുറേ തിരച്ചിലിന് ശേഷം കൂട്ടത്തിൽനിന്ന് വേറിട്ട് നിന്നിരുന്ന ഒരു പുസ്തകം ഞാനുറപ്പിച്ചു. 'കാലവർഷം' എന്ന ടി പത്മനാഭന്റെ കഥാസമാഹാരം. ഒരു വിദഗ്ദ്ധനായ വായനക്കാരനെപ്പോലെയായിരുന്നു എന്റെ തെരഞ്ഞെടുപ്പെന്ന് ഇപ്പോൾ തോന്നുന്നു. ടി പത്മനാഭൻ എന്ന ഗ്രന്ഥകാരനെക്കുറിച്ചോ, സമകാലികരായ മറ്റെഴുത്തുകാരെക്കുറിച്ചോ ഞാനന്ന് കേട്ടിട്ടുപോലുമില്ലായിരുന്നു. പത്രവായനപോലും കഷ്ടി. എന്നിട്ടും നിയോഗം പോലെ അദ്ദേഹത്തിലേക്ക് കൃത്യമായെത്തി. കാലവർഷം എന്ന അനുഭൂതിസാന്ദ്രമായ ശീർഷകവും മഴയുടെ പശ്ചാത്തലമുള്ള കവർചിത്രവുമായിരിക്കാം എന്നെ അതിലേക്കാകർഷിച്ചത്. വഴിത്തിരിവാണത്. ഞാനെന്റെ ജീവിതം അവിടെ ആരംഭിക്കുകയായിരുന്നു സുഹൃത്തേ, അല്ലെങ്കിൽ മോക്ഷം കിട്ടുകയായിരുന്നു. നിധി കിട്ടിയ ഭാവത്തോടെ വേഗം വീട്ടിലേക്കണഞ്ഞു.

2

'മഴ തീരുന്നതിന്റെ ലക്ഷണമൊന്നുമുണ്ടായിരുന്നില്ല. എങ്കിലും അതിന്റെ ശക്തി കുറഞ്ഞുവരികയായിരുന്നു.

സ്കൂളിന്റെ വരാന്തയിൽ ഞാൻ സംശയിച്ചുനിന്നു. ഇറങ്ങി നടക്കണമോ? അതല്ല, ഇത്തിരി കൂടി....

നനഞ്ഞ ആകാശം അപ്പോഴും കറുത്തുതന്നെ കിടന്നു.

എനിക്ക് തികച്ചും അപരിചിതമായ ഈ സ്ഥലത്ത് താമസമാക്കിയതിന് ശേഷം ആദ്യമായാണ് ഈ വഴി പോകുന്നത്. വീട്ടിൽ നിന്നിറങ്ങുമ്പോൾ പ്രത്യേകിച്ചൊരുദ്ദേശ്യമൊന്നുമുണ്ടായിരുന്നില്ല. സ്ഥലവും വഴികളുമൊക്കെ മനസ്സിലാക്കാം. ആളുകളെ കാണാം. തരപ്പെട്ടാൽ, കൂട്ടാൻ വയ്ക്കാനെന്തെങ്കിലും വാങ്ങാം. പിന്നെ, രാവിലത്തെ ഒരു നടത്തവുമായല്ലോ. ഇവിടെ വെറുതെ ഇരുന്നിട്ട്..... ഇങ്ങനെയൊക്കെയാണ് വിചാരിച്ചത്.'

ഇതാണ് പത്മനാഭസാഹിത്യത്തിൽ ഞാനാദ്യം അനുഭവിച്ച വരികൾ. സമാഹാരത്തിലെ 'വനവാസം' എന്ന കഥയിലെ തുടക്കമാണിത്. ഒരാൾ സ്കൂളിലെ ഒരു വിദ്യാർത്ഥിയുടെ ദൈന്യവും, ദാരിദ്ര്യവും അകന്നുനിന്ന് കണ്ട് നൊമ്പരപ്പെടുന്നതാണ് ഉള്ളടക്കം. ആ കുട്ടിയെ അഭിമുഖീകരിക്കാനാകാതെ വേദനയോടെ അയാൾ മാറിക്കളയുന്നു! മനസ്സിലാക്കാൻ ബുദ്ധിമുട്ടുണ്ടായില്ല. ആ കഥയിലെ കുട്ടിയും വിങ്ങുന്ന മുതിർന്നയാളും ഞാൻ തന്നെ! രചനയിൽ കഠിനമായ പദപ്രയോഗങ്ങളില്ല, മനസ്സിലാകാത്ത ഉപമകളില്ല. നെടുനീളൻ ഖണ്ഡികകളുമില്ല. ലളിതം, സുന്ദരം, മഴയുടെ സംഗീതവും. വീണ്ടും വീണ്ടും തേടിപ്പോകാൻ വെമ്പുന്ന, എന്തോ ഒളിപ്പിച്ചുവെച്ച വിരുതുമുണ്ട്. എത്ര ചികഞ്ഞാലും അത് പൂർണ്ണമായി വെളിപ്പെടുകയുമില്ല. പത്മനാഭൻ ഉരുവപ്പെടുത്തിയ പ്രത്യേകമായ രചനാതലം. തീർച്ചയായും അത് കൗശലമല്ല, വൈഭവമാണ്. ഇതെന്റെകൂടി ഭാവമാണല്ലോ എന്ന വികാരത്തോടൊപ്പം കഥ അവസാനിക്കരുതേയെന്ന പ്രാർത്ഥനയാണ് അനുവാചകനിലുണരുക. പ്രാർത്ഥന ഫലിക്കുന്നില്ല. കഥ തീർന്നുപോകുന്നു.

ആദ്യത്തെ കഥ വായിച്ച് കുറേനേരം ഞാൻ അനങ്ങാതിരുന്നു. അപ്പോൾ ഗ്രന്ഥത്തിന്റെ താളുകൾ വിറയ്ക്കുന്നതു കണ്ടു. എന്റെ ശരീരത്തിൽനിന്നാണ്. പരിഭ്രമത്തിന്റെയല്ല, പിരിമുറുക്കം അയയുകയാണ്. ആന്തരിക ഹർഷത്തിന്റെയും അനുഭൂതിയുടെയും ശാരീരികസ്ഫുരണം! ഹൃദയത്തിൽ കുളിർക്കെ മഴ പെയ്യുന്നുണ്ട്. പെയ്യട്ടെ; പെയ്ത്, പെയ്ത്...

ഞാൻ നിർവൃതിയോടെയിരുന്നു.

3

ഒരു കഥ വായിച്ചുകഴിഞ്ഞാൽ അല്പം ഇടവേളയെടുക്കും. അങ്ങനെ 'ഭോലാറാം', 'ഒരു പുതിയ ലോകം' എന്നീ കഥകൾ കഴിഞ്ഞു. ശേഷം 'ശവദാഹം' എന്ന കഥയിലേക്ക് കടന്നു. കുറച്ചു മുന്നോട്ടുപോയപ്പോൾ ഹൃദയതാളം പുറത്തേക്ക് കേൾക്കാൻ മാത്രം ഏകാഗ്രനും വികാരനിർഭരനുമായിപ്പോയി ഞാൻ. ഈശ്വരാ...! ഒരു മദ്ധ്യവയസ്കൻ തന്റെ റിട്ടയർമെന്റ് ലൈഫിൽ ഒന്നും ചെയ്യാനില്ലാതെ ആരോടും കൂട്ടുകൂടാനാകാതെ ഭാര്യയുടെ കുറ്റപ്പെടുത്തലുകൾക്കും ആകുലതകൾക്കുമിടയിൽ വെന്തുജീവിക്കുകയാണ്. അയാൾ വിരക്തനും വ്യതിരിക്തനുമാണ്. ശവദാഹത്തിലെ വരികളെ മുഴുവൻ ഞാൻ ഹൃദയത്തിലേക്ക് ഒപ്പിയെടുക്കുകയായിരുന്നു. കാരണം ആ കഥാപാത്രം എന്റെ നേർപ്പകർപ്പുതന്നെയായിരുന്നു; നൂറുശതമാനം. അയാൾ - പേരില്ല കഥാപാത്രത്തിന്, അയാൾ എന്നു മാത്രമാണ് കഥാകാരന്റെ സൂചന- ഉദ്യോഗസംബന്ധമായി സൃഷ്ടിക്കപ്പെട്ട തിരക്കുകളിലൂടെ തന്റെ അസ്വാസ്ഥ്യവും ഏകാകിതയും മറച്ചുപിടിക്കുന്നു. തന്റെ വ്യക്തിത്വം ഒളിപ്പിച്ചുവെച്ച് എന്തുകൊണ്ടങ്ങനെയായിത്തീർന്നു എന്നതിന് വിശദീകരണങ്ങളൊന്നും കഥാകൃത്ത് തരുന്നില്ല. ഒരുപക്ഷേ, ജന്മനാ അങ്ങനെയായിരുന്നിരിക്കാം. ഒരു സാധാരണക്കാരന്റെ നോട്ടത്തിൽ അയാൾക്ക് പ്രശ്നങ്ങളൊന്നുമില്ലതാനും! കാലം തിരക്ക് എന്ന മൂടുപടത്തെ ഉരിഞ്ഞുകളയുമ്പോൾ ആൾ ആവരണങ്ങൾ നഷ്ടപ്പെട്ടവനും നഗ്നനുമാകുന്നു. ഓടിയൊളിക്കാൻ, പരിചിതമല്ലാത്ത ഒരിടത്ത് വീടുവെച്ച്.... ആരുമായും ഇടപെടാതെ.... പക്ഷേ, അസ്വാസ്ഥ്യം വേട്ടനായയെപ്പോലെ ആ മനുഷ്യനെ പിന്തുടർന്ന് കശക്കുന്നു. ആ കഥാപാത്രത്തിന്റെ ഭ്രമങ്ങളും ഉള്ളുലയ്ക്കുന്ന സ്തോഭങ്ങളുമാണ് പ്രതിപാദ്യം. കഥ ശുഭപര്യവസായിയല്ല. അവസാനം അയാൾ ജീവനോടെ ദഹിക്കാൻ ഒരു ശ്മശാനത്തിലെത്തിച്ചേരുന്നു! ഞാനനുഭവിച്ചുകൊണ്ടിരിക്കുന്ന എല്ലാ വിഹ്വലതകളും സംഘർഷങ്ങളും ടി പത്മനാഭൻ ശവദാഹമെന്ന കഥയിൽ സന്നിവേശിപ്പിച്ചിട്ടുണ്ട്. ഇത് എനിക്ക് വേണ്ടി എന്നെ ആശ്വസിപ്പിക്കാൻ വേണ്ടി, തുടർന്നും ജീവിപ്പിക്കാൻ വേണ്ടി എഴുതപ്പെട്ട കഥയാണ്. അല്ലാതെ തരമില്ല. അപ്പോൾ..... ഞാൻ മാത്രമല്ല ലോകത്ത് ഈ തരത്തിൽ വിങ്ങുകയും വേദനിക്കുകയും ചെയ്യുന്നത് ..... എനിക്ക് സമശീർഷരുണ്ട്. ഒരുപക്ഷേ, എന്നേക്കാൾ തീവ്രമായി ആഘാതപ്പെടുന്നവർ. അതൊരു വല്ലാത്ത തിരിച്ചറിവായിരുന്നു. കുറേക്കാലം കഴിഞ്ഞപ്പോൾ ഒന്നുകൂടി വ്യക്തമായി. ആ കഥാപാത്രത്തിൽ സാക്ഷാൽ ടി പത്മനാഭന്റെയും അംശമുണ്ടാകും. അല്ലാതെ ഭാവനകൊണ്ടുമാത്രം അത്രയും തന്മയത്വത്തോടെ രചിപ്പാൻ സാദ്ധ്യമല്ല. എന്നെ സംബന്ധിച്ചതും സാധൂകരണമായിത്തീർന്നു.

'എനിക്ക് ഭയമുണ്ട്; ആരേയും കാണാതെ, ആരോടും ഒന്നും സംസാരിക്കാൻ കഴിയാതെ..... ഏതോ വലിയ ഒരു തെറ്റിന് ജീവകാലം മുഴു

വൻ ഒറ്റയ്ക്ക് കഴിയാൻ വിധിക്കപ്പെട്ട ഒരു തടവുകാരനാണ് ഞാനെന്ന് ഈയിടെയായി ചിലപ്പോഴെങ്കിലും.....'

'ആരും അങ്ങനെ എന്നെ ഫോൺ വെച്ച ഈ ഒരു കൊല്ലത്തിനിടയിൽ വിളിച്ചിട്ടില്ലല്ലോ? എനിക്കെന്തെങ്കിലും ഉപകാരം ചെയ്യാനോ, ശ്വാസംമുട്ടിക്കുന്ന ഈ ഏകാന്തതയിൽ ചിലപ്പോൾ എനിക്കനുഭവപ്പെടുന്ന വിരസതയേയും ഭയത്തേയും അകറ്റാനോ, ഒരു രണ്ടുമിനിറ്റ് നേരത്തേക്കെങ്കിലും സ്നേഹത്തോടെ എന്നോടെന്തെങ്കിലും പറയാനോ.....'

ശവദാഹത്തിൽ എന്നെ അഗാധമായി സ്വാധീനിച്ച, സാന്ത്വനിപ്പിച്ച പൊന്നിൽ ഉരുക്കിവാർത്ത ആർദ്രമായ വരികളാണിത്. എന്റെ അന്തരാത്മാവിൽനിന്ന് നിരന്തരം പ്രാർത്ഥനപോലെ അഭ്യർത്ഥനപോലെ ഉതിർന്നിരുന്ന നിസ്വഭാവം, വേദനാസ്രവം.

മഹാനായ കാഥികന്റെ പാദങ്ങളിൽ മനസ്സുകൊണ്ട് വീണ് ഞാൻ നമസ്കരിച്ചുപോയി. നന്ദി, സ്നേഹം, ആദരം!

നന്ദി വീണ്ടും.....

4

"എന്തിനാണ് കരയുന്നത്?"

അമ്മ മുറിയിൽ വന്നതും എന്നെ ശ്രദ്ധിച്ചതുമൊന്നും അറിഞ്ഞില്ലായിരുന്നു. മറ്റൊരു ലോകത്തായിരുന്നല്ലോ ഞാൻ!

"എന്തുപറ്റി? എന്താ നിന്റെ കൈയിൽ?" അമ്മ പിന്നെയും ചോദിച്ചു.

ഇത് ടി പത്മനാഭൻ എന്ന മഹാനായ സാഹിത്യകാരന്റെ ഗ്രന്ഥമാണെന്ന് വിശദീകരിച്ചപ്പോൾ അമ്മ നെറ്റിചുളിച്ചെന്നെ നോക്കി. വാർപ്പുപണിക്കല്ലാതെ മറ്റൊന്നിനും കൊള്ളില്ലെന്ന് എഴുതിത്തള്ളിയ മകന്റെ കൈയിൽ ഒരു പുസ്തകം; അതും സാഹിത്യം!

"കരഞ്ഞതല്ല അമ്മേ, ഇത് സന്തോഷക്കണ്ണീരാണ്." പുസ്തകം വായിച്ചാൽ കരയുമോ എന്ന അമ്മയുടെ സംശയത്തിന് ഞാനിങ്ങനെ മറുപടിയേകി.

എന്നാലും അമ്മയ്ക്കെന്തോ പന്തികേട് തോന്നി. അമ്മ ഗ്രന്ഥം വാങ്ങി തിരിച്ചും മറിച്ചും നോക്കി. അമ്മയുടെ കരിയും പുകയും ഏറ്റ കൈകൾക്കുള്ളിൽ കിടന്ന് ഞെരിയുന്ന ഒരു മനോഹരപുഷ്പത്തെപ്പോലെ തോന്നിച്ചു പുസ്തകം. ഞാൻ വല്ലായ്മ ഭാവിച്ച് "പതുക്കെ പതുക്കെ" എന്ന് മന്ത്രിക്കുകയും പുസ്തകം തിരികെ വാങ്ങാൻ ധൃതിപ്പെടുകയും ചെയ്തു.

അന്ന് വൈകുന്നേരത്തിനുള്ളിൽ പുസ്തകം മുഴുവൻ വായിച്ചുകഴിഞ്ഞിരുന്നു. ശവദാഹം വീണ്ടും വീണ്ടും വായിച്ചു. പാഴായിപ്പോയെന്ന് ധരിച്ച എന്റെ ജീവിതത്തിന് തെളിച്ചവും വെളിച്ചവും വന്നതുപോലൊരു അനുഭൂതി പരന്നു. കൂരിരുട്ടിലേക്ക് നിലാവ് വഴിഞ്ഞപോലെ. എഴുതി

ത്തള്ളേണ്ടതല്ല ഈ ജീവിതം. വായിക്കാൻ ഏറെയുണ്ട്. പുസ്തകങ്ങളെ സ്നേഹിക്കണം. ഇനി പുസ്തകങ്ങളാണെന്റെ കൂട്ടുകാർ. അവരെന്നെ രക്ഷിക്കും. അടുത്തൊരു ഗ്രന്ഥം കിട്ടാൻ തിടുക്കമായി. അന്നേരം ഒന്നര വർഷം മുമ്പ് കണ്ട സൈക്യാട്രിസ്റ്റിനോട് പുച്ഛം തോന്നിപ്പോയി. അന്നേ ഡോക്ടർക്കെന്നെ പുസ്തകത്തിലേക്ക് വഴി തിരിച്ചുവിടാമായിരുന്നല്ലോ. അതോ പുസ്തകങ്ങളുടെ മഹത്ത്വം അറിയാത്ത മാനസികവിദഗ്ദ്ധനാണോ അദ്ദേഹം. എങ്കിൽ ആദ്യം ഡോക്ടർ ചികിത്സിക്കപ്പെടണം. എന്തായാലും എന്റെ പ്രശ്നത്തിനുള്ള ഔഷധം ഞാനിതാ സ്വയം കണ്ടെത്തിയിരിക്കുന്നു ഡോക്ടർ. താങ്കളോടെനിക്ക് മതിപ്പില്ല.

അന്നുരാത്രി സുഖമായുറങ്ങി; ജീവിതത്തിലാദ്യമായി!

5

പിറ്റേന്നത്തെ പ്രഭാതം അതീവസുന്ദരവും സുരഭിലവുമായിരുന്നു. വിചാരിക്കാതെ തന്നെ കുറച്ചുനേരത്തെയെണീറ്റു; ഉദയത്തിനുമുമ്പേ. നേരെ പുഴയിൽ പോയി നീന്തിക്കുളിച്ചു, ക്ഷേത്രത്തിൽ തൊഴുതു. എന്റെ മുഖത്തെ പ്രസാദവും മന്ദഹാസവും മറ്റുള്ളവരിലും പ്രതിഫലിച്ചു. അകന്നുനിന്നിരുന്ന ചിലർ ചിരിക്കാനും കുശലം ചോദിക്കാനുമൊക്കെ മുതിർന്നു.

ടൗണിൽ ചെന്നപ്പോൾ അന്നും പണിക്കാരാരും എത്തിയിരുന്നില്ല. ഒരു കണക്കിന് നന്നായി. മുഴുവൻ നേരവും പുസ്തകം വായിച്ചിരിക്കണം. ഞാൻ ലൈറ്റ്നിങ് ബുക്ക്ഷോപ്പിലേക്ക് ചെന്നു. കടക്കാരൻ പുഞ്ചിരിച്ചു. ആ സമയം പേനയും നോട്ടുബുക്കുമൊക്കെ വാങ്ങാൻ വന്ന വിദ്യാർത്ഥികളുടെ തിരക്കുണ്ടായിരുന്നു. ഞാൻ സാഹിത്യഗ്രന്ഥങ്ങളുടെ ഷെൽഫിൽ ടി പത്മനാഭന്റെ പുസ്തകങ്ങൾ തിരയാനാരംഭിച്ചു. പക്ഷേ, അദ്ദേഹത്തിന്റെ മറ്റു പുസ്തകങ്ങളൊന്നും കണ്ടുകിട്ടിയില്ല. വിദ്യാർത്ഥികളൊഴിഞ്ഞപ്പോൾ കടക്കാരനെ അറിയിച്ചു: "പത്മനാഭൻസാറിന്റെ പുസ്തകം വേണം. ഇന്നലെ കൊണ്ടുപോയത് വായിച്ചു തീർന്നു." കടക്കാരനും പരതിനോക്കി. ശേഷം വ്യക്തമാക്കി: "അദ്ദേഹത്തിന്റെ പുസ്തകങ്ങളില്ല. ബഷീറിന്റേയും മാധവിക്കുട്ടിയുടേതുമൊക്കെയുണ്ട്. അതെടുത്തുകൊള്ളൂ. *ബാല്യകാലസഖി, മതിലുകൾ, നീർമാതളം പൂത്തകാലം* അല്ലെങ്കിൽ എം ടി സാറിന്റെ *രണ്ടാംമൂഴം, മഞ്ഞ്.*"

"അതൊക്കെ വേണം. പക്ഷേ, ഇപ്പോൾ പത്മനാഭൻ സാറിന്റെ പുസ്തകങ്ങളാണെനിക്കാവശ്യം." അത് കേട്ടപ്പോൾ കടക്കാരൻ കൈമലർത്തി. ടൗണിൽ സാഹിത്യകൃതികൾ കിട്ടുന്ന പ്രമുഖയിടം ആ ഷോപ്പു തന്നെയായിരുന്നു. എന്നാലും മറ്റ് ബുക്ക്ഷോപ്പുകളിൽ ചെന്ന് നോക്കൂ എന്നയാൾ തന്നെ നിർദ്ദേശിച്ചു. അയാൾ കച്ചവടക്കാരൻ മാത്രമല്ല, നല്ല മനുഷ്യനുമായിരുന്നു. ഞാൻ ശ്രമിച്ചെങ്കിലും ഫലമുണ്ടായില്ല. കുറ്റിപ്പുറം റെയിൽവേ സ്റ്റേഷനിലെ ബുക്ക് ഷോപ്പിൽ ചെന്നാൽ കിട്ടിയേക്കും.

പുസ്തകക്കടക്കാരിലൊരാൾ സൂചിപ്പിച്ചു. എന്നാലും ബഷീറിന്റെയും എം ടിയുടെയും ഓരോ പുസ്തകം ഞാൻ വാങ്ങിയിരുന്നു. ഇനി അഥവാ റെയിൽവേ സ്റ്റേഷനിലെ ഷോപ്പിൽ കിട്ടിയില്ലെങ്കിലും അന്ന് ജീവിക്കണ്ടേ!

കുറ്റിപ്പുറത്ത് ചെന്ന് ആവശ്യമറിയിച്ചപ്പോൾ അവർ ടി പത്മനാഭന്റെ രണ്ടു പുസ്തകങ്ങൾ എടുത്തുതന്നു. *പ്രകാശം പരത്തുന്ന പെൺകുട്ടിയും, കടലും.* കഥകൾ തന്നെ. വലിയ ആഹ്ലാദമായി. ഞാൻ പുസ്തകങ്ങളിൽ തുരുതുരാ ഉമ്മവെച്ചു. ബോധപൂർവ്വമല്ലാതെ ചെയ്തുപോയ പ്രവൃത്തിയായിരുന്നു അത്.

വീട്ടിലേക്കണയാൻ തിടുക്കമായി. ബസിലിരുന്ന് ഞാൻ പുസ്തകങ്ങൾ മറിച്ചുനോക്കുകയും മണത്തുകൊണ്ടുമിരുന്നു. പരിചയക്കാർ എന്റെ കൈയിൽ നാലു സാഹിത്യകൃതികൾ കണ്ട് അമ്പരന്നു. അഭിമാനത്തോടെ അവരോട്, അല്ല സമൂഹത്തോട് മൊത്തം നിശ്ശബ്ദം പ്രഖ്യാപിക്കുകയായിരുന്നു. അറിഞ്ഞുകൊള്ളൂ ഞാനൊരു വായനക്കാരനായിരിക്കുന്നു. ഇനി ആർക്കും എന്നെ തളർത്താനാവില്ല.

6

ദിവസം ഒരു പുസ്തകം എന്നായിരുന്നു അന്നൊക്കെ എന്റെ കണക്ക്. തുടക്കത്തിൽ കഥകളും ഓർമ്മക്കുറിപ്പുകളുമടങ്ങിയ ചെറുകൃതികളാണ് തെരഞ്ഞെടുത്തിരുന്നത്. ജോലി കഴിഞ്ഞുവന്ന് രാത്രി ഏഴ് മുതൽ പതിനൊന്നുവരെ വായന നീളും. തൊഴിലാളികളുടെ കൂടെ ജോലിക്ക് നില്ക്കേണ്ട അത്യാവശ്യം ഇല്ലാത്ത ദിവസങ്ങളിൽ പകൽ മുഴുവനിരുന്നും വായിക്കും. അപ്പോഴൊക്കെ അമ്മ അസ്വസ്ഥപ്പെടുന്നത് ഞാനറിഞ്ഞു. കഴിക്കാൻ ഭക്ഷണം വിളമ്പുന്ന അവസരങ്ങളിൽ പോലും മുറുമുറുപ്പായും മറ്റും അത് നിഴലിച്ചു. ദിവസം ഒരു ആനുകാലിക പ്രസിദ്ധീകരണവും വാങ്ങും. വായിക്കാൻ എനിക്ക് സമയം തികയാതെ വന്നു. എല്ലാ പുസ്തകങ്ങളും ആനുകാലികങ്ങളും പണംകൊടുത്ത് വാങ്ങാൻ കഴിയാത്തതുകൊണ്ട് വളാഞ്ചേരിയിലെ സ്വരാജ് പൊതുവായനശാലയിൽ അംഗത്വമെടുത്തു. ഒരേസമയം രണ്ടുപുസ്തകങ്ങൾ വരെയെടുക്കാം. വായനശാലയിൽ സഹൃദയരും സവിശേഷമനോഭാവമുള്ളവരുമേ എത്തൂ. അവിടത്തെ ആൾക്കൂട്ടത്തിൽ എത്രവേണമെങ്കിലും ഏകനായ് സുരക്ഷിതനായിരിക്കാം. ക്ലബ്ബിൽ അത് പറ്റില്ല. ക്ലബ്ബ് ബഹിർമുഖരുടെ ഏരിയയാണ്. അവിടെ ആരവമെങ്കിൽ വായനശാലയിൽ നിശ്ശബ്ദത. തലതിരിഞ്ഞ ലൈബ്രേറിയൻമാരാണെങ്കിൽ വായനശാലയിൽ ടി വി ഒക്കെ വെച്ച് ശബ്ദമുഖരിതമാക്കാനും മതി. എന്തായാലും സ്വരാജ് വായനശാല അങ്ങനെയായിരുന്നില്ല. നിരവധി സാംസ്കാരിക കൂട്ടായ്മകളും അവിടെയുണ്ടായിരുന്നു. ആദ്യമൊക്കെ മടിച്ചുനിന്നെങ്കിലും ക്രമേണ ഞാനും അതിന്റെയൊക്കെ ഭാഗഭാക്കായി. വായനശാലയുമായുള്ള നിത്യസമ്പർക്കത്തിന്റെ ഫലമായി പുരോഗമന ചിന്താഗതിയോട് ആഭിമുഖ്യം

വളരാനും ഇടതുപക്ഷ അനുഭാവിയായി മാറാനും ഇടയായി. എന്നാലിതുവരെയുമെനിക്ക് പൂർണ്ണമായ ഒരു കമ്യൂണിസ്റ്റ് ആയിത്തീരാൻ കഴിഞ്ഞിട്ടില്ല എന്നത് വാസ്തവം, ഖേദകരം.

നിരവധി വർക്കുകൾ ഒരേസമയം കരാറെടുക്കുന്നതുകൊണ്ട് മുമ്പ് സൂചിപ്പിച്ചിരുന്ന ജോലിസംബന്ധമായ സംഘർഷങ്ങൾ ഏറെയുണ്ട്. വായനയിലെ ഏകാഗ്രത നഷ്ടപ്പെടാതിരിക്കാൻ ഞാൻ സൈറ്റുകളുടെ എണ്ണം കുറച്ചു. വയ്യ; ഇങ്ങനെ എള്ളുണങ്ങുന്നതുപോലെ വേവാൻ. എനിക്ക് വായിക്കണം. അവിടെ വിട്ടുവീഴ്ചയില്ല. അതിനൊപ്പം ഉപജീവനോപാധിയും ബാലൻസ് ചെയ്തുപോണം. എനിക്ക് പണക്കാരനാകേണ്ട. സ്വസ്ഥവും സുരക്ഷിതവുമായൊരു ജോലിയുണ്ടായിരുന്നെങ്കിൽ എന്ന് പിന്നെയും പിന്നെയും ആശിച്ചുപോയി. അത് വെറും മരീചികയാണെന്ന് ചില അനുഭവസ്ഥർ ശഠിക്കുന്നു.

7

ഞാൻ നവീകരണപ്പെട്ടുകൊണ്ടേയിരുന്നു. ഓരോരുത്തർക്കും ഓരോ നിയോഗവും അസ്തിത്വവുമുണ്ട്. ഒരേപോലെ ഒന്നും ഈ ഭൂമിയിൽ പിറക്കുന്നില്ല. ഒരു വൃക്ഷത്തിലെ ഓരോ ഇലയും ഭിന്നമാകും പോലെ ഓരോ മനുഷ്യനും വ്യത്യസ്തനാണ്. അങ്ങനെയായേ പറ്റൂ. അതാണ് പ്രകൃതിനിയമം. ആ വൈവിദ്ധ്യത്തിലേ ജീവിതം പുലരൂ. എല്ലാവരും ഡോക്ടർമാരും എഞ്ചിനീയർമാരും മാത്രമായാൽ എങ്ങനെയുണ്ടാകും!? ജന്മനാലുള്ള പ്രകൃതം മുഴുവൻ മാറ്റി വേറൊന്നാകാൻ ആർക്കും സാദ്ധ്യമല്ല. പരിമിതികളും ബലഹീനതകളും ചേർന്നതാണ് വ്യക്തിത്വം. നാം മറ്റൊരാളാകാൻ ശ്രമിക്കേണ്ട. നാമായിരുന്നാൽ മതി. മറ്റൊരാളാകാൻ ശ്രമിക്കുകയും അഭിലഷിക്കുകയും ചെയ്യുമ്പോഴാണ് അസ്വാഭാവികതയും സംഘർഷവും ഉണ്ടാകുന്നത്; ചിലപ്പോൾ അസൂയയും. പരിമിതികളോടെ തന്നെ സ്വയം സ്നേഹിക്കാനും അംഗീകരിക്കാനും ശ്രമിക്കുക. ഉൽക്കർഷേച്ഛയോടും യാഥാർത്ഥ്യബോധത്തോടെയും മുന്നോട്ടു പോകുക....

എന്റെ വായനയുടെ സ്വഭാവവും ഗതിയും മാറി. കഥയിൽനിന്ന് നോവലിലേക്കും ജീവചരിത്രങ്ങളിലേക്കും വിജ്ഞാനസാഹിത്യത്തിലേക്കും വിവർത്തനങ്ങളിലേക്കുമൊക്കെ ഞാൻ പറന്നുല്ലസിച്ചു. ടി പത്മനാഭന്റെ ഏതാണ്ടെല്ലാ കൃതികളും വായിച്ചു കഴിഞ്ഞിരുന്നു. അദ്ദേഹം അപ്പോൾ നൂറ്റിയറുപതോളം കഥകളും കുറച്ചു ലേഖനങ്ങളുമേ എഴുതിയിട്ടുള്ളൂ. 2003 ൽ ഡി സി പ്രസിദ്ധീകരിച്ച *എന്റെ പ്രിയപ്പെട്ട കഥകൾ* എന്ന ക്ലാസിക്കുകൾ മാത്രം ഉൾക്കൊള്ളിച്ച അദ്ദേഹത്തിന്റെ പ്രത്യേക സമാഹാരവും പുറത്തുവന്നു. പക്ഷേ, എനിക്കത്ഭുതം തോന്നുന്ന ഒരു വസ്തുതയുണ്ട്. ആസ്വാദകവൃന്ദം കൊണ്ടാടുന്ന കഥകളിലോ, അദ്ദേഹം തന്ന തെരഞ്ഞെടുത്ത കഥകളിലോ എന്നെ ഏറ്റവും

അധികം സ്വാധീനിച്ചതും വഴിത്തിരിവ് തന്നതുമായ 'ശവദാഹം' കഥയില്ല! ഇഷ്ടം ആപേക്ഷികമാണെന്നറിയാം. വ്യക്തിപരമായ വേദനകളെ പൂർണ്ണമായും പ്രതിഫലിപ്പിച്ചതുകൊണ്ടാവാം ആ കഥ എന്റെ പ്രിയപ്പെട്ടതായത്. തീർച്ചയായും ടി പത്മനാഭന്റെ മാസ്റ്റർപീസ് 'പ്രകാശം പരത്തുന്ന ഒരു പെൺകുട്ടി' തന്നെ. മലയാള കഥയുടെ തമ്പുരാനായി അദ്ദേഹത്തെ വാഴിച്ചത് ആ കഥയായിരിക്കും. ആ രചനയും എളിയ എന്റെ ജീവിതവുമായി താദാത്മ്യപ്പെടുന്നുണ്ട്. ആത്മഹത്യയെപ്പറ്റിമാത്രം ചിന്തിക്കുകയും ജീവിതാവസാനത്തിന് സമയം കുറിക്കുകയും ചെയ്തൊരാൾ ഒരു പെൺകുട്ടിയുടെ നിഷ്കളങ്ക സ്നേഹത്തിലും പ്രസരിപ്പിലും വീണ്ടുവിചാരപ്പെടുകയും ജീവിതത്തിലേക്ക് തിരികെ വരുന്നതുമാണ് പ്രകാശം പരത്തുന്ന ഒരു പെൺകുട്ടിയുടെ പ്രമേയം. എത്ര ഉദാത്തവും മാനവികവുമായ സങ്കല്പം. ആ കഥ വായിച്ച് എത്രയോ ആളുകൾ നൈരാശ്യത്തിൽനിന്ന് മോചിതരായിട്ടുണ്ടാകും. ഉറപ്പ്. അവരെല്ലാം അകമേ പ്രകാശം പരത്തി തന്ന കഥാകാരന് കൃതജ്ഞത രേഖപ്പെടുത്തിയിരിക്കും. ആത്മാർത്ഥമായി പ്രാർത്ഥിക്കുകയും പ്രശംസിക്കുകയും ചെയ്തിട്ടുണ്ടാകും: തങ്ങളെ ആശ്വസിപ്പിക്കാൻ അവതരിച്ച ദേവകാഥികൻ, അനശ്വരൻ, അത്യുന്നതൻ.... എന്നും ആയുരാരോഗ്യസൗഖ്യങ്ങൾ ഉണ്ടാകട്ടെ.

'ഓർമ്മ വെച്ച നാൾ മുതല്ക്കേ ഞാൻ ചുറ്റിത്തിരിയാൻ തുടങ്ങിയിരിക്കുകയാണ്. അനുഭവങ്ങളുടെ വിഴുപ്പുഭാണ്ഡവും പേറി ജീവിതത്തിന്റെ ദുർഗ്ഗമങ്ങളായ വഴികളിലൂടെ ഞാൻ സഞ്ചരിക്കുന്നു. പല നാടുകളും കണ്ടു; പലരുമായും ഇടപഴകി. പക്ഷേ, അസ്വസ്ഥമായ എന്റെ മനസ്സിന് സമാധാനം ലഭിച്ചുവോ? ഇല്ല!'

'ഇപ്പോൾ മറ്റുള്ളവർ എന്താണ് എന്നെപ്പറ്റി പറയുന്നതെന്നറിയാൻ ഞാൻ ആഗ്രഹിക്കാറില്ല. എന്തുവേണമെങ്കിലും പറയാം. ഒരാക്ഷേപവുമില്ല.'

പ്രകാശം പരത്തുന്ന പെൺകുട്ടിയിലെ ക്വാട്ട് ചെയ്തുവെച്ച ഇഷ്ടപ്പെട്ട ചില വരികളാണിവ. കഠിനതയെ ഈ കഥ ദ്രവീകരിപ്പിക്കുന്നു, ഹൃദയത്തെ ശുദ്ധീകരിക്കുന്നു!

'കാലഭൈരവൻ' എന്ന കഥയിലെ ദാർശനികവും യഥാതഥവുമായ വരികൾ നോക്കൂ:

'നാമോരോരുത്തരും നമ്മുടേതായ കാശികൾ കണ്ടെത്തേണ്ടിയിരിക്കുന്നു, ഈ ജന്മത്തിൽത്തന്നെ!'

ടി പത്മനാഭനെപ്പോലെ, ചിലപ്പോൾ അതിനേക്കാൾ മധുരമായ ഗദ്യമെഴുതിയ വേറെയും എഴുത്തുകാരുണ്ടാകാം മലയാളത്തിൽ. സമ്മതിക്കുന്നു. പക്ഷേ, അദ്ദേഹം വ്യത്യസ്തനാകുന്നത് മധുരം മാത്രമല്ല ഔഷധഗുണവുമുണ്ട് പത്മനാഭസാഹിത്യത്തിന് എന്നതുകൊണ്ടാണ്. കലയുടെ ദൈവസ്പർശം, മനോഹരവും കൃത്യവുമായ അനുപാതം! അനിതരസാധാരണം.

തളർവാതം വന്ന് കിടപ്പിലായ ഒരുവനും പത്മനാഭസാഹിത്യം വായിച്ച് ആശ്വാസത്തിന്റെ തുരുത്തുകൾ കണ്ടെത്താം. ആ കഥകൾ പ്രത്യാശകളെ പൊലിപ്പിക്കുന്നു. പ്രതിഭയെ പ്രചോദിപ്പിക്കുന്നു. ഊഷരതയെ ഉർവ്വരമാക്കുന്നു. ഒരു കുറ്റകൃത്യം ചെയ്ത് പാപഭാരത്താൽ വേട്ടയാടപ്പെടുന്നവനും അദ്ദേഹത്തിന്റെ അക്ഷരങ്ങൾ നേർബുദ്ധി കനിയും. ഒരു കൃതി പുനർവായിക്കപ്പെടുന്നത് അതിന്റെ മഹത്ത്വമായി ഞാൻ കരുതുന്നു.

പതിതന് വിമോചനവും, ദുർബ്ബലന് അഭയവുമാണ്. സർവ്വോപരി നല്ല മനുഷ്യനെ വീണ്ടും നല്ല മനുഷ്യനാക്കുന്നു പത്മനാഭസാഹിത്യം.

8

വിഖ്യാത നോവലിസ്റ്റായ മാക്സിം നോർക്കിയുടെ നോവൽ *അമ്മ* ലൈബ്രറിയിൽ നിന്നെടുത്ത് വായിച്ചതാണ്. വിരസമായി പൂർത്തിയാക്കാൻ കഴിയാത്ത ഒരു പുസ്തകം തിരിച്ചേല്പിച്ച് മാർക്വേസിന്റെ *ഏകാന്തതയുടെ നൂറ് വർഷങ്ങൾ* തിരയുന്നതിനിടയിലാണ് *അമ്മ* യാദൃച്ഛികമായി കൈയിൽപ്പെടുന്നത്. വായിച്ച് വായിച്ച് പേജുകൾ മുഷിഞ്ഞ് വാർദ്ധക്യത്തിലെത്തിയ പുസ്തകം. ക്ലാസ് കൃതിയാണെന്നറിയാം. അതിലപ്പുറം എന്തോ ഒരാകർഷണം തോന്നി. മാർക്വേസിനെ പിന്നെ വായിക്കാം. *അമ്മ*യെ എടുത്തു. ഗോർക്കിയുടെ വേറെ കൃതികളൊന്നും അതുവരെ വായിച്ചിട്ടില്ലായിരുന്നു. ആ കൃതി വായിച്ചപ്പോൾ കാലവർഷത്തിന് ശേഷം എന്നെ സ്വാധീനിച്ച പുസ്തകമായിത്തീർന്നു അത്. ഓർമ്മവെച്ചനാൾ മുതൽ എന്നെ പിന്തുടർന്ന ദുരൂഹവും മൗലികവുമായ ഒരു തീരാസന്ദേഹത്തിനും വേദനയ്ക്കും ഉത്തരം കിട്ടി!

ഞാനേറെ ആലോചിച്ച് തല പുകച്ച ഒരു ചോദ്യമായിരുന്നത്! എന്തുകൊണ്ടാണ് അച്ഛൻ അമ്മയോടും എന്നോടും അത്രയും ക്രൂരമായി പെരുമാറിയിരുന്നത്! അതിനുമാത്രം തെറ്റൊന്നും ഞങ്ങളദ്ദേഹത്തോട് ചെയ്തിരുന്നില്ലല്ലോ! എന്തുകൊണ്ടദ്ദേഹം മുഴുക്കുടിയനായി? സ്വയം അവസാനിപ്പിച്ചു!

നോവൽ *അമ്മ*യിലെ പ്രധാന കഥാപാത്രമായ 'പാവെലി'ന്റെ അച്ഛൻ ഒരു ഫാക്ടറി തൊഴിലാളിയായിരുന്നു. തുച്ഛവേതനത്തിന് പുകയിലും വെയിലിലും കഷ്ടപ്പെട്ട് ജോലിചെയ്യുന്നയാൾ. ഫാക്ടറിയിൽ മാത്രമല്ല നാടെങ്ങും അഴിമതിയും കരിഞ്ചന്തയും ഏകാധിപത്യ വ്യവസ്ഥിതിയുമാണ്. ഭരണകൂടം പാവങ്ങളെ മെതിക്കുന്നു. പ്രഭുക്കൾ അഴിഞ്ഞാടുന്നു. സർവ്വത്ര അരക്ഷിതത്വം. പാവെലിന്റെ അച്ഛൻ കിട്ടുന്ന വേതനത്തിന്റെ മുക്കാലും കുടിച്ച് തീർത്ത് - എന്റെ അച്ഛനെപ്പോലെ - വീട്ടിൽ ഭാര്യയേയും മകനേയും ഭേദ്യംചെയ്യും. സ്വസ്ഥതയെന്തെന്ന് ആ അമ്മയും മോനും അറിഞ്ഞിട്ടില്ല. ഒടുവിൽ കുടിച്ചും വിഷപ്പുക ശ്വസിച്ചും പാവെലിന്റെ പിതാവ് മരണപ്പെടുന്നു. പാവെൽ അപ്പോൾ യുവാവായിരുന്നു.

അച്ഛന് പകരം ഫാക്ടറിയിൽ അയാൾ ജോലിക്ക് പോകുന്നു. അനന്തരം പാവെൽ കമ്യൂണിസ്റ്റായിത്തീരുന്നു. സഹൃദയനാകുന്നു. ദുഷ്പ്രഭുത്വത്തിനെതിരെ ആഞ്ഞടിക്കുന്നു. വിപ്ലവം സൃഷ്ടിക്കുന്നു......

കഥയിലെ ഒരു നിർണ്ണായക ഘട്ടത്തിൽ പാവെൽ വെളിപ്പെടുത്തുന്നു: "അമ്മേ എന്തുകൊണ്ടാണ് നമ്മുടെ അച്ഛൻ മദ്യപാനിയും വൈരാഗിയുമായതെന്ന് അറിയാമോ? എനിക്കതിന് ഉത്തരം കിട്ടിയിരിക്കുന്നു." ആകാശത്തോളം വളർന്നുനില്ക്കുന്ന മകനെ അമ്മ അത്ഭുതത്തോടെ നോക്കുന്നു. എന്തൊരു തേജസ്സാണ് അവന്റെ മുഖത്ത്. പാവെൽ വ്യക്തമാക്കി: "ഈ നശിച്ച സമൂഹവ്യവസ്ഥിതിയോടും അരക്ഷിതത്വത്തോടുമുള്ള ഒരു നിസ്സഹായന്റെ, ദുർബ്ബലന്റെ പ്രതിഷേധമായിരുന്നു അമ്മേ അത്. സ്നേഹമില്ലാഞ്ഞിട്ടല്ല. സ്വയം വേദനിപ്പിച്ച്, മനസ്സിന്റെ ഭാരവും വിങ്ങലും രോഷവും ബാലൻസ് ചെയ്യുക. അതിന് വേണ്ടി മദ്യപിച്ചു. സംഘർഷം വിപരീതമായി പുറത്തേക്കൊഴുക്കി; സ്വന്തത്തെ പീഡിപ്പിച്ചുകൊണ്ട്."

പാവെലും പിതാവിനെപ്പോലെയാകുമായിരുന്നു; അയാൾ കമ്യൂണിസ്റ്റായിരുന്നില്ലെങ്കിൽ! ഞാൻ എന്റെ പിതാവിനെപ്പോലെയാകുമായിരുന്നു; വായനക്കാരനായിരുന്നില്ലെങ്കിൽ!

വിവേകം - അല്ല ജ്ഞാനം - കനിഞ്ഞപ്പോൾ വിശുദ്ധമായ പുസ്തകത്തെ അബോധമായെടുത്ത് ചുംബിച്ചത് അത് രണ്ടാം തവണയായിരുന്നു. അന്നേരം എനിക്കെന്റെ അച്ഛനോട് അതിയായ ഇമ്പം അനുഭവപ്പെട്ടു. അദ്ദേഹത്തിന്റെ ചെയ്തികളിൽ സാധൂകരണമായി. അല്ലെങ്കിൽ അദ്ദേഹത്തിന് ഭ്രാന്ത് പിടിക്കുമായിരുന്നു! പാവം ജീവിതത്തിലൊരു സുഖവും അനുഭവിച്ചില്ല. വൈകിവന്ന എന്റെയീ തിരിച്ചറിവിനിടയിൽ അച്ഛൻ ജീവിച്ചിരിപ്പുണ്ടായിരുന്നെങ്കിൽ.....! വീണുപോയ, നിസ്വവും നിസ്സഹായവുമായ ജീവിതത്തിന് കെല്പുകൊടുക്കാനുള്ള ഔഷധവും അറിവും എനിക്കിപ്പോഴുണ്ട്, പക്ഷേ?!

9

പരിവർത്തനത്തിന്റേതായ അഞ്ചുവത്സരങ്ങൾ കഴിഞ്ഞുപോയി. പ്രധാനപ്പെട്ട മിക്ക സാഹിത്യകൃതികളും വായിച്ചുകഴിഞ്ഞു. ടി പത്മനാഭൻ കഴിഞ്ഞാൽ എം ടിയും ഒ വി വിജയനും പൗലോ കൊയ്‌ലോയുമാണെന്റെ എഴുത്തുകാർ. പിൻവാങ്ങിയത് പ്രാകൃതമായ ഒരു ജന്മമാണ്. ഇപ്പോൾ ഞാൻ പതിതനല്ല, അപകർഷതയുടെ ഭാരം പേറുന്നവനല്ല, സഹൃദയരും വ്യത്യസ്തരുമായ സുഹൃത്തുക്കൾ ഏറെ. ജോലിയോടും നീരസമില്ല. അസ്സഹനീയമായ ചൂടിനെയും വൃഷ്ടിയെയും ജയിക്കാൻ ശരീരത്തെയല്ല മനസ്സിനെയാണ് മെരുക്കേണ്ടത്. ജോലിയും വായനാലോകവും പരസ്പരപൂരകമാണ്. ഒന്നില്ലെങ്കിൽ മറ്റൊന്നില്ല എന്നത് പരമാർത്ഥം. ഓരോ തിരിച്ചറിവും ഓരോ കാലത്താണുണ്ടാകുക. ഇതും

അതുപോലെ തന്നെ. ജോലിയിൽ ഇതിലും മെച്ചമായ ഒരു കാലംവരും, കാത്തിരിക്കുക. താഴേക്കു നോക്കുമ്പോൾ എന്റേതിനേക്കാൾ ദുസ്സഹ മായ ജോലികൾ ചെയ്യുന്നവർ എത്രയോ! വിശപ്പ് സഹിച്ചെടുക്കുന്ന വ്രത ത്തിന് പുണ്യം ലഭിക്കുമ്പോലെ വെയിലേറ്റ് കരിയുന്ന ത്യാഗത്തിനും ഫലം കിട്ടും. ഇത് ഞാൻ വിശ്വസിക്കുന്ന ഫിലോസഫിയാണ്.

എന്റെ ഗ്രാമത്തിലെ സൗഭാഗ്യമായ ഭാരതപ്പുഴയിൽ 'ഉമ്മത്തൂർപ്പാറ' എന്നൊരു കടവുണ്ട്. ഏതറ്റ വേനലിലും അവിടെ കനിവാണ്. പാറയിടു ക്കുകൾക്കിടയിൽ ആഴത്തിലുള്ള ജലവിതാനം. നീർനായകളും കയവു മുള്ളതിനാൽ കുളിക്കാരും മീൻപിടുത്തക്കാരും അധികമുണ്ടാവില്ല. ഞാന വിടെയാണ് കുളിക്കുക. പാറയും കയവും പ്രത്യേകരീതിയിൽ വിന്യ സിക്കപ്പെട്ടതിനാൽ ചില ഭാഗത്ത് ഒഴുക്കില്ല. ആ ഭാഗത്ത് ഒരു പരിധി ആഴം കഴിഞ്ഞാൽ നിശ്ചലമായ ജലവും ഐസ് പോലുള്ള തണുപ്പു മാണ്. അതിന്റെ സയൻസ് അറിയില്ല. ഞാനാ തണുപ്പിൽ കുറേനേരം ഊളിയിട്ടു കിടക്കും. ചെറുതിലേയുള്ള ശീലമാണ്. അദൃശ്യനായൊരാ ളുമായ് ഒളിച്ചുകളിക്കുന്ന കിന്നാരമാണപ്പോൾ. ഇപ്പോൾ മഹാപ്രളയം ഉണ്ടായതിന് ശേഷം ആ ഭൂപ്രകൃതിക്ക് മാറ്റം സംഭവിച്ചിട്ടുണ്ട്.

ഒരുദിവസം അങ്ങനെയൊരു ശീതളിമയിൽ മിനിറ്റുകളോളം ഉതിർ ന്നുകിടന്ന് പുറത്തേക്ക് വന്നത് പുതിയ ചിന്തോദയത്തോടെയാണ്. എന്തു കൊണ്ട് എനിക്കും എഴുതിക്കൂടാ!? അപ്പോൾ അക്കരെ പള്ളിയിൽനിന്ന് ബാങ്കുവിളി കേട്ടു. എന്തോ എന്റെ വിശ്വാസമല്ലെങ്കിലും അതു കേൾക്കു മ്പോൾ മനസ്സ് പ്രാർത്ഥനാനിരതമാകും. കാലങ്ങളായി ഞാനാർജ്ജി ച്ചുള്ളിലുറഞ്ഞുകിടക്കുന്ന സർഗ്ഗം വ്യത്യസ്തമായ രീതിയിൽ പുറത്തേ ക്കിരമ്പാൻ വെമ്പുന്നതായി അനുഭവപ്പെട്ടിരുന്നു. ചിലത് വായിക്കുമ്പോൾ അവിടെയങ്ങനെയല്ല ഇങ്ങനെയായിരുന്നെങ്കിൽ ഇതിലും ജ്വലിക്കുമാ യിരുന്നു എന്ന ചിന്ത. ആരെങ്കിലും വേദിയിൽ പ്രസംഗിക്കുമ്പോൾ സമാ ന്തരമായി വിഷയത്തിൽ അകമേ അയാളേക്കാൾ ഗംഭീരമായി പ്രസംഗി ക്കുക! ഇങ്ങനെയൊക്കെയുള്ള മനോവികൃതികൾ വിളയാടാൻ തുടങ്ങി യിട്ട് കുറച്ചായി. പക്ഷേ, എഴുത്തുകാരനായിത്തീരുക പോലുള്ള മഹ ത്തായ കാര്യങ്ങൾ അതുവരേയും സ്വപ്നം കണ്ടിട്ടില്ല. ഇപ്പോൾ എന്തോ ആയി തീരാനുള്ള യോഗവും പ്രതിഭയും എന്നിലുണ്ടെന്ന ഉൾവിളി.

കുളി കഴിഞ്ഞുള്ള മടക്കയാത്രയിൽതന്നെ എന്തെഴുതണം എന്ന കാര്യത്തിൽ തീരുമാനമായി. ഒരു കഥ! അച്ഛന്റെ വിയോഗവും ഏകാന്ത തയുമായി ബന്ധപ്പെട്ട്. വീണ്ടുമെന്റെ ജീവിതത്തിൽ വർണ്ണാഭമായ അർത്ഥതലങ്ങൾ വരുകയാണല്ലോ എന്ന് വിസ്മയിച്ചു. സാഹിത്യകാര നായി തീരുക! അഭിമാനിക്കാനുള്ള വക തന്നെ. പറഞ്ഞറിയിക്കാനാ കാത്ത ആത്മവിശ്വാസവും ശുഭാപ്തിവിശ്വാസവും....!!

10

എഴുത്തിന്റെ ബാലാരിഷ്ടതകളിലൂടെയുള്ള കുറേ വർഷങ്ങൾ.... പരീക്ഷണകാലഘട്ടം. തിരസ്കാരങ്ങൾ, പരിഹാസങ്ങൾ, വിമർശനങ്ങൾ, അസഹിഷ്ണുത... "സാഹിത്യമെഴുത്തൊക്കെ ബുദ്ധിയും വിവരവുമുള്ളവർക്ക് പറഞ്ഞിട്ടുള്ളതാ, നീയതിന് ശ്രമിച്ച് ഉള്ള കഞ്ഞികുടി മുട്ടിക്കണ്ട." അമ്മയുടെ ആവർത്തിച്ചുള്ള പരാതിയും ഉപദേശങ്ങളും. കലാകാരനാകാൻ ശ്രമിച്ച് തലതിരിഞ്ഞുപോയതും ഇടറിവീണ് ജീവിതം കൈവിട്ടതുമായ അനവധി ദൃഷ്ടാന്തങ്ങളെക്കുറിച്ചറിഞ്ഞുള്ള ആധിയാവും അമ്മയെ കൊണ്ടങ്ങനെ പറയിച്ചത്. എല്ലാം സഹിച്ചു, അടക്കി..... എഴുത്തിൽ ഒരു കാലം വരുമെന്നു തന്നെ വിശ്വസിച്ചു/വിശ്വസിക്കുന്നു.

ആദ്യമായെഴുതിയ കഥ വെളിച്ചം കാണാൻ മലയാളത്തിലെ നമ്പർ വൺ ആഴ്ചപ്പതിപ്പ് മുതൽ-!- പടിപടിയായിറങ്ങി എന്റെ നാട്ടിലെ കോളേജ് മാഗസിനിൽ വരെ തെണ്ടി, പത്രാധിപരോട് കെഞ്ചി. കനിവുണ്ടായില്ല. ഇന്നതിൽ അത്ഭുതമില്ല.

അങ്ങനെ എഴുത്തുപരീക്ഷണത്തിന്റെ സുഖകരമല്ലാത്ത പത്ത് വർഷം കഴിഞ്ഞുപോയി. വായനക്കാരനായി മാത്രമിരുന്നപ്പോൾ സമാധാനമുണ്ടായിരുന്നു.

നോവലാണ് സാഹിത്യത്തിൽ എന്റെ മേഖല എന്ന തിരിച്ചറിവായി. കഥയും ബാലസാഹിത്യവുമെഴുതാം. ഭാഷ ഉറച്ചു. പക്വത വന്നതിന് ശേഷം കഥയെഴുതുമ്പോൾ എനിക്ക് വലിയ പ്രശ്നമാണ്. 'ഗൗരി'യും 'ശവദാഹ'വും 'പ്രകാശം പരത്തുന്ന ഒരു പെൺകുട്ടി'യുമൊക്കെ തിടം വെച്ച് മുന്നിൽവന്ന് നില്ക്കും. തങ്ങളോട് കിടപിടിക്കുന്ന കഥയെഴുതാൻ പറ്റുമോയെന്ന് വെല്ലുവിളിക്കും. മിക്കവാറും ഞാൻ കീഴടങ്ങും, ചിലപ്പോൾ പിടിച്ചുനില്ക്കും. അദ്ദേഹം നോവലെഴുതാഞ്ഞത് ഒരു കണക്കിന് നന്നായി! കുറേ കഥകളൊക്കെ അപ്പോഴേക്കും പ്രശസ്തവും അപ്രശസ്തവുമായ പ്രസിദ്ധീകരണങ്ങളിലൊക്കെ അച്ചടിച്ചുകഴിഞ്ഞിരുന്നു. പല നോവലും പാതിവഴിയിൽ നിർത്തിയും ഉപേക്ഷിച്ചും ചാപിള്ളയായി. അശ്രാന്തപരിശ്രമങ്ങൾ..... അവസാനം ശരിയായി വന്നു. പബ്ലിഷറായി.....

2016 ൽ എന്റെ *ചുരുണ്ടടവ്* എന്ന നോവലിന് സാഹിത്യപ്രവർത്തക സഹകരണസംഘത്തിന്റെ കാരൂർ സ്മാരക പുരസ്കാരം ലഭിക്കുന്നു. അച്ചടിക്കാത്ത കൃതിക്കായിരുന്നു അത്. പിന്നീട് സംഘം തന്നെ അത് പുസ്തകമാക്കി. ഒരുവിധ സമ്മർദ്ദമോ, ഇടപെടലോ ഇല്ലാത്ത നിഷ്പക്ഷമായ വിധിനിർണ്ണയം. തെരഞ്ഞെടുപ്പ് പൂർത്തിയായതിന് ശേഷമാണ് ജേതാക്കളുടെ പേരുതന്നെ ജൂറിയറിയുന്നത്. ഇനി എത്ര വലിയ പുരസ്കാരത്തിന് അർഹത നേടിയാലും ആ ആദ്യ പുരസ്കാരത്തിന്റെ മാധുര്യത്തെയും അഭിമാനത്തെയും കവച്ചുവെക്കാനാവില്ല. സാഹിതീയമായി അത്രയ്ക്കവഗണനന ഞാൻ അനുഭവിച്ചുതീർത്തിരുന്നു. എന്റേത് കുട്ടിക്കളിയല്ല എന്ന് അമ്മയും ചുറ്റുപാടും കാരൂർ പുരസ്കാര ലബ്ധിയോ

ടുകൂടിയാണ് മനസ്സിലാക്കുന്നത്. ഒരു പുതുയെഴുത്തുകാരന് ആർക്കു മുമ്പിലും തലയുയർത്തി പറയാവുന്ന അംഗീകാരം. അങ്ങനെ പരിഹാസത്തിന്റെ മുന ഒടിഞ്ഞു. എന്നാലും അമ്മയിൽനിന്നൊരു അഭിനന്ദന വാക്കുണ്ടായില്ല. ഞാനതിന് കുറേ കാത്തു. പിന്നെ വിട്ടു. അകമേ സന്തോഷിക്കുന്നുണ്ടാകും. അതുമതി. ഒരുപക്ഷേ, അച്ഛനിന്നുണ്ടായിരുന്നെങ്കിൽ സാഹിതീയമെന്ന വരദാനം നിമിത്തം അദ്ദേഹത്തിനെന്നോടുള്ള സമീപനം മാറുമായിരുന്നെന്നും എന്തെങ്കിലുമൊക്കെ പ്രോത്സാഹനം കിട്ടുമായിരുന്നെന്നും ചിന്തിച്ചു പോകുന്നു.

ഇഷ്ടപ്പെട്ട സാഹിത്യകാരന്മാരെ അകന്നുനിന്ന് കാണാൻ വേണ്ടി മാത്രം ഞാൻ പല യാത്രകളും നടത്തിയിരുന്നു. ആരേയും ഇടിച്ചുകയറി പരിചയപ്പെടാൻ മുതിർന്നില്ല. പ്രയാസകരമാണത്. എം ടി, സുഗതകുമാരി, ടി ഡി രാമകൃഷ്ണൻ, അക്കിത്തം, എം മുകുന്ദൻ, ശിഹാബുദ്ദീൻ പൊയ്ത്തുംകടവ്.... പട്ടിക നീളുന്നു. പക്ഷേ, എന്റെ പ്രിയ എഴുത്തുകാരൻ, ഗുരുതുല്യൻ - അരുത്, അങ്ങനെ പറയാൻ എനിക്കർഹതയില്ല! - അദ്ദേഹത്തെ കാണാൻ മാത്രം അവസരമൊത്തില്ല. അതൊരു മോഹമായിത്തന്നെ നീണ്ടുപോയി.

വൈകാതെ അവാർഡ് ചടങ്ങിന്റെ കത്തും ബ്രോഷറും അയച്ചു കിട്ടുന്നു. അപ്രതീക്ഷിതം! അനുഗ്രഹം! പുരസ്കാരം സമ്മാനിക്കുന്നത് കഥയുടെ ചക്രവർത്തി സാക്ഷാൽ ടി പത്മനാഭനാണ്. ഭാഗ്യവും സാക്ഷാൽക്കാരവും യാഥാർത്ഥ്യബോധത്തോടെയുള്ള അഭിലാഷങ്ങളിൽക്കൂടി ബന്ധിതമാണ്.

കോട്ടയത്തെ സാഹിത്യപ്രവർത്തക സഹകരണസംഘത്തിന്റെ ആസ്ഥാനമന്ദിരത്തുവെച്ചായിരുന്നു ചടങ്ങ്. അദ്ദേഹത്തെ ആദ്യമായ് കണ്ടപ്പോൾ സന്തോഷാധിക്യത്തിൽ ഹൃദയം തുടിച്ചു. ആ പാദങ്ങളിൽ നമസ്കരിച്ചാണ് പുരസ്കാരം ഏറ്റുവാങ്ങിയത്. മുൻകോപി, അഹങ്കാരി എന്നൊക്കെ ലേബൽ പതിഞ്ഞ അതുല്യനായ സാഹിത്യകാരൻ വേദിയിൽ അദ്ദേഹത്തിന്റെ ഇരിപ്പിടത്തിനരുകിൽ എന്നെയുമിരുത്തി, ഹസ്തദാനം തന്നു, വിശേഷങ്ങൾ തിരക്കി. ആ സന്ദർഭത്തിൽ എന്റെ ജീവിതത്തെ തിളക്കമുള്ളതാക്കി തീർത്ത അദ്ദേഹത്തിന്റെ കൃതിയേയും കഥയേയും കുറിച്ച് ഞാൻ പറയാനാരംഭിച്ചപ്പോൾ അത് വിലക്കി മറ്റേന്തോ വിഷയത്തിലേക്ക് കടക്കുകയാണുണ്ടായത്. ഒരുപക്ഷേ, എന്റെ വാക്ചാതുര്യമില്ലായ്മയും, അദ്ദേഹത്തെ പുകഴ്ത്തി ശ്രദ്ധ നേടാനുള്ള ശ്രമവുമായി തെറ്റിദ്ധരിച്ചതാകാനും മതി. ചടങ്ങ് തുടങ്ങാൻ സമയം വൈകിയതിനാൽ പ്രസംഗത്തിലൂടേയും അത് വ്യക്തമാക്കാൻ എനിക്കവസരം ലഭിച്ചില്ല.

സാഹിത്യം അമൃതാണ്. ഒരാളെ പരിവർത്തനപ്പെടുത്താനും വിമലീകരിക്കാനും സാഹിത്യത്തോളം ശേഷിയുള്ള വേറൊരു കലയില്ല. നിഷേധിക്കരുത്, ഇതെനിക്ക് സ്വജീവിതം തെളിയിച്ചു തന്നതാണ്. അത് സ്ഥാപിക്കാൻ മാത്രമാണീയെഴുത്ത്. മറ്റെല്ലാ മേഖലയിലുമുള്ളതു

പോലെ പുസ്തകങ്ങളിലും കതിരും പതിരുമുണ്ട്. ചീത്തയുണ്ട്, വ്യാജ മുണ്ട്, വായനക്കാരന് അജീർണ്ണമുണ്ടാക്കുന്നതുണ്ട്. ഈ കൂട്ടരുടെയെല്ലാം നിയന്ത്രണമില്ലാത്ത പെരുപ്പം അനാരോഗ്യകരമാണ്. തെരഞ്ഞെടുപ്പ് ദുഷ്കരമായിത്തീരുന്നു. സഹൃദയനെ ചടപ്പിക്കുന്നു.

ഒരുപക്ഷേ, അന്ന് സവിശേഷമായാ സന്ദർഭത്തിൽ ടി പത്മനാഭന്റെ പുസ്തകത്തിന് പകരം ഇപ്പറഞ്ഞ ഗണത്തിലേതെങ്കിലും പുസ്തകമാണ് ഞാൻ വാങ്ങിയിരുന്നതെങ്കിൽ.... എന്റെ ഗതിയും വിധിയും വേറൊന്നാകുമായിരുന്നു. ആ തെരഞ്ഞെടുപ്പ് പ്രകൃതിയുടെ കൂടെ ഇടപെടലോടെയായിരിക്കും. ഏതോ അദൃശ്യ കരങ്ങളാൽ തെളിക്കപ്പെടുകയായിരുന്നു ഞാൻ. എന്റെ വേദനയും നിസ്സഹായതയും അത്രയും തീവ്രമായിരുന്നു. ഒരാളുടെ നിതാന്തതപം ഊർജ്ജമായ് രൂപാന്തരപ്പെട്ട് സൃഷ്ടികർത്താവിനെ പൊള്ളിക്കാൻ തുടങ്ങും. പിന്നെ ആ ശക്തിക്ക് കനിയുകയല്ലാതെ വേറെ നിവൃത്തിയില്ലാതാകുമെന്ന് ഹൈന്ദവപുരാണങ്ങളിൽ പറയുന്നുണ്ട്. മാനവജീവിതത്തെ സംബന്ധിച്ച ശാശ്വതമായൊരു സത്യം ഇതിലുണ്ട്. 'മുട്ടുവിൻ തുറക്കപ്പെടും.' എന്ന യേശുവചനവും ഇതുതന്നെയല്ലേ.

11

ഒന്നോ രണ്ടോദിവസം ഭക്ഷണമില്ലാതെ കഴിച്ചുകൂട്ടാം. പക്ഷേ, വായിക്കാനൊന്നുമില്ലാത്ത അവസ്ഥ ആലോചിക്കാനേ ആവുന്നില്ല. കരയ്ക്ക് പിടിച്ചിട്ട മീനിനെപ്പോലെയാകും ഞാൻ. അത്രയും സാഹിത്യം എനിക്ക് ജീവവായുവാണ്. വായനക്കാരനും എഴുത്തുകാരനും മനോവിഷമത്തിലകപ്പെടാൻ ഹേതുവാകുന്ന അനവധി ഘടകങ്ങളുണ്ടീ കാലഘട്ടത്തിൽ. അനുനിമിഷം ലോകം യാന്ത്രികവും നിർമമവും ആയിക്കൊണ്ടിരിക്കുന്നു. നമ്മുടെ സംസ്കാരവും ഭാഷയും മലീമസമായിത്തീരുന്നു. പുസ്തകങ്ങളെ ഭയക്കുന്ന അസഹിഷ്ണുക്കൾ പെരുകുന്നു. മലയാളഭാഷ തന്നെ മരിച്ചുപോകുമോ എന്ന ഭീതിയും സംജാതമായിക്കഴിഞ്ഞു. അനവധി പ്രാദേശികഭാഷകൾ ഇതിനകം മണ്ണടിഞ്ഞിട്ടുണ്ട്.

എനിക്കെന്റെ അമ്മമലയാളത്തിലേ വായിച്ചനുഭവിക്കാൻ പറ്റൂ. മാതൃഭാഷയിലേ രചിക്കാൻ കഴിയൂ. വായിക്കാൻ വയ്യാത്ത ഒരു കാലം വന്നാൽ എന്നെ ജീവിപ്പിക്കരുതേ.....

അമ്മേ, പൊയ്ക്കളയരുതേ!

ഒരു ചോദ്യവും പല ഉത്തരങ്ങളും

സാംസ്കാരികരംഗത്ത് സാഹിത്യക്യാമ്പുകൾ സാധാരണമാണല്ലോ. ഞാനെന്റെ എളിയ അനുവാചകജീവിതത്തിൽ മൂന്നോ, നാലോ ക്യാമ്പുകളിലേ ഇതുവരെ പങ്കുകൊണ്ടിട്ടുള്ളൂ. എഴുത്തുപരീക്ഷണത്തിന്റെ തുടക്കസമയത്ത് കഥാകൃത്ത് പി സുരേന്ദ്രനുമായി ഞാൻ അടുത്തബന്ധം പുലർത്തിയിരുന്നു. അദ്ദേഹത്തിന്റെ വീട്ടിൽ ഇടയ്ക്കൊക്കെ പോകും. തിരിച്ചടികളേറ്റ് തളർന്ന് ഹതാശനാവുമ്പോൾ കിതപ്പ് മാറ്റി ആശ്വസിക്കാനുള്ള തുരുത്തായിരുന്നു എനിക്കന്ന് അദ്ദേഹത്തിന്റെ വസതി. പി സുരേന്ദ്രന്റെ പുസ്തകങ്ങൾ വായിച്ച് ആകർഷണം തോന്നി അദ്ദേഹത്തിൽ എത്തിച്ചേരുകയായിരുന്നില്ല. എന്നെപ്പോലെ വേറൊരു മേഖലയിൽ പരീക്ഷണം നടത്തുന്ന ഒരു ബന്ധു എന്നെ അദ്ദേഹത്തിന് സമക്ഷം എത്തിക്കുകയായിരുന്നു.

ഒരിക്കൽ പി സുരേന്ദ്രൻ തന്നെ ഡയറക്ടറായ മഞ്ചേരിയിലെ 'സഹൃദയ' സാഹിത്യക്യാമ്പിൽ പങ്കെടുക്കാൻ അദ്ദേഹം എന്നോടാവശ്യപ്പെട്ടു. രചനാതന്ത്രങ്ങൾ പഠിക്കാം, സ്ഥിരപ്രതിഷ്ഠ നേടിയ എഴുത്തുകാരുമായി സംവദിക്കാം, പ്രതിഭകളുടെ അനുഭവങ്ങൾ കേൾക്കാം. ഗുണമുണ്ടാകും.

ഒരു സൃഷ്ടി അയക്കണം. അത് വിലയിരുത്തി അർഹത നേടുന്നവർക്ക് പ്രവേശനം. എനിക്കത് വലിയ കാര്യമായി തോന്നി. അതിന് മുമ്പൊരിക്കലും ക്യാമ്പിൽ പങ്കെടുത്തിട്ടില്ല. ക്യാമ്പിലേക്ക് ഞാനയച്ച രചന തെരഞ്ഞെടുക്കണേ എന്ന പ്രാർത്ഥനയിലായി ഞാൻ. ഭാഗ്യം! എനിക്ക് ക്യാമ്പ് മെമ്പറാകാനുള്ള ലെറ്റർ കിട്ടി. സഹൃദയയുടെ ആദ്യത്തെ ക്യാമ്പായിരുന്നു അത്. പിന്നീട് പത്തുവർഷത്തോളം തുടർച്ചയായത് നടന്നു. പിന്നെ നിന്നു. രണ്ടോ, മൂന്നോ ദിവസമാണ് പ്രോഗ്രാം. മലയാളത്തിലെ കുറേയധികം എഴുത്തുകാർ സംബന്ധിക്കുന്നുണ്ട് എന്ന്

ബ്രോഷറിൽ നിന്നറിയാൻ കഴിഞ്ഞു. സന്തോഷമായി. രണ്ടുദിവസം തുടർച്ചയായി നില്ക്കാൻ അന്നത്തെ സാഹചര്യത്തിൽ എന്റെ തൊഴിൽ മേഖല അനുവദിക്കില്ലെങ്കിലും എങ്ങനെയൊക്കെയോ ഒപ്പിച്ച്, രണ്ടുദിവസം തങ്ങാം എന്ന ധാരണയിൽ തന്നെയാണ് ക്യാമ്പിൽ പങ്കെടുത്തത്. മഞ്ചേരിയും എന്റെ ഗ്രാമവും ഒരേ ജില്ലയാണെങ്കിലും ദൂരം ഏറെ താണ്ടണം. അൻപതിലേറെ കി.മീ. ഉണ്ട്. ബസിൽ പോകുകയാണെങ്കിൽ നാലഞ്ചുതവണ മാറി കേറണം. ഞാൻ ബൈക്കിലാണ് പോയത്.

ചെന്നപ്പോൾ കാര്യമായ സഹൃദയപങ്കാളിത്തമുണ്ട്. പി സുരേന്ദ്രനൊഴികെ മറ്റാരെയും പരിചയമുണ്ടായിരുന്നില്ല. അപരിചിതത്വം വാസ്തവത്തിൽ സ്വാതന്ത്ര്യമാണ് നല്കുന്നതെന്ന് എനിക്ക് കൗതുകമായി. കേരളത്തിന്റെ നാനാദിക്കിൽനിന്നും, ഇന്നെഴുതി തെളിഞ്ഞ പലരും ആ ക്യാമ്പിൽ പങ്കെടുത്തിരുന്നു. സംവാദം, ചർച്ച, സെമിനാർ എന്ന രീതിയിലായിരുന്നു സംഘാടനം. ഞാൻ വായിച്ചിഷ്ടപ്പെട്ട പല വ്യക്തിത്വങ്ങളും അവിടെവന്ന് പ്രസംഗിച്ചിരുന്നു. അതിന് മുമ്പ് എം ടിയുടെ പ്രസംഗം തുഞ്ചൻപറമ്പിൽ പോയി കേട്ടിട്ടുണ്ട്. അദ്ദേഹം വളരെ ഹ്രസ്വമായേ ഞാൻ കണ്ട വേദികളിലെല്ലാം പ്രസംഗിച്ചിരുന്നതെങ്കിലും അവയെല്ലാം തികച്ചും കാര്യമാത്രപ്രസക്തമായിരുന്നു. അദ്ദേഹത്തിന്റെയും ടി പത്മനാഭന്റെയും പ്രസംഗം വേഗം തീരരുതേ എന്ന് അകമേ പ്രാർത്ഥിക്കാറാണ് എന്റെ പതിവ്. അവരൊരിക്കലും മുഷിപ്പിച്ചിരുന്നില്ല. എന്നെ സംബന്ധിച്ച് ആരാധനയോടെയുള്ള മുൻവിധിയും പരിവേഷവുമൊക്കെ അവർക്ക് ചുറ്റും പരിലസിച്ചിരുന്നു. ആ വ്യക്തികളുടെ ഓരോ വാക്കിന് വേണ്ടിയും ഞാൻ കാതുകൾ കൂർപ്പിച്ചു. പക്ഷേ, മുഴുവൻ മതിവരാതെ നിർത്തിക്കളയും. പ്രസംഗം കഴിഞ്ഞാൽ അവർ അധികം വേദിയിൽ ഇരിക്കില്ല. സ്ഥലംവിടും. അപ്പോൾ സങ്കടമാകും. ആ ധാരണയിൽ സഹൃദയക്യാമ്പിൽ ചെന്നിരുന്ന ഞാൻ തീർത്തും നിരാശനായി. പ്രസംഗങ്ങൾ അധികവും പൊള്ളയായതും അപ്രായോഗികവും വിരസവും. എന്റെ മനസ്സിലെ പല വിഗ്രഹങ്ങളും അന്ന് തകർന്നടിഞ്ഞു. എഴുത്തുകലയിലൂടെ ഞാൻ പരിചയിച്ച വ്യക്തിത്വവും നേരിട്ട് അനുഭവിക്കുന്ന വ്യക്തിത്വവും തമ്മിൽ പലപ്പോഴും പൊരുത്തപ്പെടുന്നില്ല. ഭൂരിഭാഗവും സ്ഥാപിക്കുന്ന ആശയങ്ങളും സിദ്ധാന്തങ്ങളും എന്നെ അഭിനിവേശപ്പെടുത്തുകയോ, പ്രചോദിപ്പിക്കുന്നതോ ഇല്ല! വിടവുകൾക്കിടയിലൂടേയും വായിക്കുക, വിടവുകൾക്കിടയിലൂടേയും ശ്രവിക്കുക എന്ന സിദ്ധി എനിക്കപ്പോൾ വശമായിരുന്നു. വന്നവർ എല്ലാവരും ഇങ്ങനെ പ്രസംഗിച്ചു എന്നല്ല ഇതിനർത്ഥം.

അവിടെയിരുന്ന എന്റെ ചിന്ത ഇങ്ങനെയൊക്കെ പോയി. എഴുത്തുകാരൻ എന്ന മുദ്ര പേറാൻ വേണ്ടി ഞാനിങ്ങനെയൊക്കെ കഷ്ടപ്പെടുന്നതും സഹിക്കുന്നതുമൊക്കെ എന്തിനാണ്? ഇവരെപ്പോലെയാകാനോ? അങ്ങനെയായിത്തീർന്നിട്ടെന്ത്? പ്രവർത്തി ഒന്നും പ്രസംഗം മറ്റൊന്നും ആയിട്ടെന്തു കാര്യം? വായനക്കാരനായി മാത്രമിരിക്കുന്നതല്ലേ അഭി

കാമ്യം. അതിന് ക്യാമ്പുകളിലും സംഘടനകളിലും അലയേണ്ടതില്ല. ഈ ആയുസ്സ് മുഴുവൻ വായിച്ചുതീർക്കാനുള്ള പുസ്തകങ്ങൾ എന്റെ ചുറ്റിലുമുണ്ട്. അതുവെച്ച് അതിജീവിക്കാൻ കഴിയുമെന്നും ഉറപ്പാണ്. അങ്ങനെ പോരെ?

വൈകുന്നേരമായപ്പോഴേക്കും ഞാനവിടെ ഒരു വലയത്തിനകത്തായി. ചർച്ചയ്ക്കായി ഗ്രൂപ്പ് തിരിച്ചതായിരുന്നു ഞങ്ങളെ. അവരിൽ ഏറെപ്പേരും കേവലം വായനക്കാരല്ല. കവിയാവുക, കഥാകൃത്താകുക, നോവലിസ്റ്റാകുക എന്നിങ്ങനെ അടങ്ങാത്ത അഭിവാഞ്ഛ നെഞ്ചേറ്റുന്നവരാണ്. ക്യാമ്പിൽ തെരഞ്ഞെടുത്ത എന്റെ കഥ ആ ഗ്രൂപ്പിൽ വായിച്ചുകേൾപ്പിച്ചു. ശ്രവിച്ചവർ പറഞ്ഞു: നല്ല കഥ, ഗംഭീരം. അവരുടെ സൃഷ്ടികൾ കേട്ടപ്പോൾ ഞാനും പറഞ്ഞു. വളരെ നല്ല രചന, അതിഗംഭീരം! അതിൽ കണ്ണൂരിൽനിന്നും കവിയാവാൻ മോഹിച്ച ഒരാളെ പ്രത്യേകം ഓർമ്മിക്കുന്നു. അയാളായിരുന്നു ഞങ്ങളുടെ ഗ്രൂപ്പ് ലീഡർ. ഒരു വക്കീലും അദ്ധ്യാപകനുമൊക്കെ ഞങ്ങളുടെ ഗ്രൂപ്പിലുണ്ടായിരുന്നെങ്കിലും പ്രായം കുറഞ്ഞ, എന്നെപ്പോലെ പ്രാഥമിക വിദ്യാഭ്യാസം മാത്രമുള്ള അയാളായിരുന്നു ഞങ്ങളുടെ ഗ്രൂപ്പ് ലീഡർ. അത്രയ്ക്ക് വാചാലത ആ വ്യക്തിക്കുണ്ടായിരുന്നു. ക്യാമ്പിൽ ഏറെ ആക്ടീവായിരുന്നു അയാൾ. ചോദ്യങ്ങൾ തൊടുത്ത് അതിഥികളുടെ ശ്രദ്ധ ആകർഷിച്ചു. സുരേന്ദ്രൻമാഷുടെ പ്രത്യേക പരിഗണനയും കിട്ടി. ഞാൻ ഒരേയൊരു ചോദ്യമേ ചർച്ചയിൽ ഉന്നയിച്ചുള്ളൂ. എന്നെ കേട്ട അതിഥി അത് പുച്ഛിച്ച് തള്ളി. കാരണം അതിന് ഉത്തരമില്ലായിരുന്നു. വേണമെങ്കിൽ ഒരു മണ്ടൻ ചോദ്യം എന്ന് വ്യാഖ്യാനിക്കാവുന്നതുമായ ഒന്ന്! മറ്റൊരു ചോദ്യവും മനസ്സിൽ തയ്യാറാക്കിവെച്ചിരുന്നു. ആദ്യ ചോദ്യത്തിന് പരിഹാസം കിട്ടിയപ്പോൾ രണ്ടാമത്തേത് പ്രകടിപ്പിക്കാനുള്ള ധൈര്യമുണ്ടായില്ല. വാസ്തവത്തിൽ അത് ലളിതമായ ചോദ്യമായി തോന്നുമെങ്കിലും അതിൽ ഗഹനതയും അടങ്ങിയിട്ടുണ്ടായിരുന്നു.

അന്ന് രാത്രി മുഴുവൻ ഞങ്ങൾ ക്യാമ്പാംഗങ്ങൾ പരസ്പരം സംവദിച്ചുകൊണ്ടിരുന്നു. ഗ്രൂപ്പായും; അല്ലാതെയും. രാത്രി ഏറെ വൈകിയാണ് കിടന്നത്. എന്നിട്ടും ഉറക്കം വന്നില്ല. എന്നെപ്പോലെ തന്നെയായിരുന്നു മിക്കവരും. പെൺകുട്ടികളടക്കം ഞങ്ങൾ അൻപതോളം പേർ അവിടെ തങ്ങുന്നവരായുണ്ടായിരുന്നു. പിറ്റേന്ന് നേരത്തേയെണീറ്റു. പ്രഭാതകൃത്യങ്ങളെല്ലാം നിർവ്വഹിച്ച് ഒത്തുകൂടി. സമയമുണ്ട്, പത്തരയ്ക്കേ ഇനി പ്രോഗ്രാം തുടങ്ങൂ. അതിൽ പത്തിലേറെ പേർ പോകാനായി ഒരുങ്ങിനിന്നു. 'എഴുത്തുകാരനാകണ്ട എന്നു തീരുമാനിച്ചു.' അതായിരുന്നു അവരുടെ നിലപാട്. ക്യാമ്പിൽ പങ്കെടുത്ത മടുപ്പോ, അതിഥികളുടെ ഗീർവാണങ്ങളോ ആയിരുന്നില്ല അവരുടെ പ്രശ്നം. തങ്ങൾക്ക് എഴുത്തുകാരായിത്തീരാനുള്ള അർഹതയില്ല എന്ന തിരിച്ചറിവായിരുന്നു. ക്യാമ്പുകൊണ്ടവർക്ക് പ്രയോജനമുണ്ടായിരിക്കുന്നു. യാഥാർത്ഥ്യബോധത്തിലേക്കുണർന്നിരിക്കുന്നു. എന്റെ മനോഭാവത്തിന്റെ വ്യതിരിക്തത എനിക്ക്

ബോദ്ധ്യമായി. എനിക്ക് തലേദിവസത്തെ ക്യാമ്പ് വിരസമായാണല്ലോ അനുഭവപ്പെട്ടത്.

ഞാനും എന്റെ തീരുമാനം പെട്ടെന്ന് മാറ്റി. പോകുന്നു. അതറിഞ്ഞപ്പോൾ കവിയാകാൻ നോമ്പുനോറ്റിരിക്കുന്ന കണ്ണൂർക്കാരൻ ചോദിച്ചു: "നിങ്ങളും സാഹിത്യകാരനാകണ്ട എന്നുറപ്പിച്ചോ?"

"ഇല്ല. ഇനിമുതൽ ക്യാമ്പിൽ പങ്കെടുക്കേണ്ട എന്ന് തീരുമാനിച്ചു. നമ്മൾ ആരാധിക്കുന്ന പ്രതിഭകളെ അകന്നുനിന്ന് കാണലാണുചിതം എന്നും മനസ്സിലായി. ഗുഡ്ബൈ."

അതുകേട്ട അയാൾ ഒരു പ്രത്യേക ചിരി ചിരിച്ചു. നിനക്കൊന്നും പറ്റിയ പണിയല്ല മോനെ സാഹിത്യം എന്നാണതിന്റെ വ്യംഗ്യമെന്ന് ഞാൻ നിരൂപിച്ചു. പിന്നീടിന്നേവരെ അതിശുഷ്കാന്തിയുള്ള ആ ചെറുപ്പക്കാരന്റെ പേർ ഞാൻ കേട്ടിട്ടില്ല. ഒരു പ്രസിദ്ധീകരണത്തിലും കണ്ടിട്ടില്ല! അത്യാവശ്യം വായിക്കുന്ന കൂട്ടത്തിലൊരാളാണ് എന്ന ഉത്തമബോദ്ധ്യം എനിക്കുണ്ട്.

അധികം വൈകാതെ മനോഭാവം മാറ്റേണ്ടിവന്നു. എന്റെ ടൗണിൽ നടക്കുന്ന വേറൊരു സാഹിത്യക്യാമ്പിൽ ചില സുഹൃത്തുക്കളുടെ സമ്മർദ്ദത്തിന് വഴങ്ങി പങ്കെടുക്കേണ്ടിവന്നു. അപ്പോഴേക്കും തന്നത്താൻ പ്രസാധനംചെയ്ത ഒരു കഥാസമാഹാരം പ്രസിദ്ധീകരിക്കപ്പെട്ടു കഴിഞ്ഞിരുന്നു. ഒരു കഥാകൃത്തായിത്തീർന്നിരിക്കുന്ന ഞാൻ എന്റെ നാട്ടിൽ നടക്കുന്ന സാഹിത്യസദസ്സിൽ പങ്കെടുക്കാതിരിക്കുന്നത് മോശമല്ലേ? ശുഷ്കമായ സദസ്സ്, സംഘാടകരുടെ വെപ്രാളം, വന്നുപെട്ടുപോയ അതിഥിയുടെ നീരസം. എനിക്ക് അവിടേയും വ്യർത്ഥത അനുഭവപ്പെട്ടു. എന്തിനാണിങ്ങനെയൊക്കെ പ്രയാസപ്പെട്ട്! എന്താണിതുകൊണ്ടൊരു പ്രയോജനം? ക്യാമ്പ് ഏതുരീതിയിലാണ് സാഹിത്യ വിദ്യാർത്ഥികളെ പോഷിപ്പിക്കുക. ക്യാമ്പിൽ പങ്കെടുത്ത് ഇന്നോളം ആരെങ്കിലും എഴുത്തുകാരായിട്ടുണ്ടോ?

അവിടത്തെ സംവാദവേളയിൽ കൂട്ടുകാരുടെ പ്രേരണയിൽ ഞാൻ മുമ്പ് സഹൃദയക്യാമ്പിൽ ചോദിക്കാനോർത്തുവെച്ചിരുന്ന ചോദ്യം ഉദ്ഘാടകനിലേക്ക് എയ്തുവിട്ടു. അദ്ദേഹം ഉത്തരം തന്നു. പക്ഷേ, എനിക്കത് തൃപ്തികരമായി തോന്നിയില്ല. അതുവെറും സാങ്കേതികമായ മറുപടിയായിരുന്നു. ആ വേദിയിൽ എനിക്ക് പ്രസംഗിക്കാൻ സംഘാടകർ ഒരവസരം തരുകയുണ്ടായി. അന്നേരം സാഹിത്യശില്പ ശാലകളുടെ നിഷ്ഫലതയെക്കുറിച്ച് സംസാരിച്ചു. എന്നെ നഖശിഖാന്തം ഖണ്ഡിച്ചുകൊണ്ട് എന്നെപ്പോലെ സന്നിഹിതനായിരുന്ന ഒരു പുതുയെഴുത്തുകാരൻ രംഗത്തുവന്നു. അയാളാണോ, ഞാനാണോ ശരി എന്നെനിക്കിപ്പോഴും തിട്ടമില്ല.

വർഷങ്ങൾക്ക് ശേഷം ഒരു ക്യാമ്പിൽ കൂടി സംബന്ധിക്കേണ്ടതായി വന്നു. ഒരു യു പി സ്കൂളിൽ വായനാദിനാചരണത്തോടനുബന്ധിച്ച്. അവിടെ ഞാൻ സഹൃദയനോ, വിദ്യാർത്ഥിയോ ആയിരുന്നില്ല. മുഖ്യാ

തിഥി തന്നെ! ഒരുവിധം നന്നായി പ്രസംഗിച്ചു. പക്ഷേ, ഞാൻ മുമ്പ് ഒരുക്കിവെച്ചിരുന്നതും, സന്ദേഹം തീരാത്തതുമായ ആ ചോദ്യം വിദ്യാർത്ഥിക്കൂട്ടത്തിൽ നിന്നൊരു മിടുക്കി എനിക്ക് നേരെ തൊടുത്തു. എനിക്ക് വ്യക്തമായി നിർവ്വചിച്ചുകിട്ടാത്ത കാര്യം എങ്ങനെ വിശദീകരിക്കും. അതുമിതുമൊക്കെ പറഞ്ഞ് പിടിച്ചുനിന്നു. അപമാനിതനായില്ലാന്ന് മാത്രം. പിന്നീടങ്ങോട്ട് പരിചയപ്പെടുന്ന എഴുത്തുകാരോടും, സഹൃദയരോടും ഞാനാ സന്ദേഹത്തിന് ലളിതമായുത്തരം തിരക്കിത്തുടങ്ങി. പുസ്തകരൂപത്തിലുള്ള പഠനങ്ങളിലും സിദ്ധാന്തങ്ങളിലും തേടി. എന്റെ കുഴപ്പമായിരിക്കാം, കിട്ടുന്ന തീർപ്പുകൾ മനസ്സിലാവുന്നതല്ലായിരുന്നു.

അതിൽ പിന്നെ ഞാൻ ക്യാമ്പുകളിൽ പങ്കെടുത്തിരുന്നില്ല. ആത്മവിശ്വാസക്കുറവു മാത്രമല്ല, താല്പര്യമില്ല - അതാണ് പ്രധാനകാര്യം. ക്യാമ്പിലേക്ക് ക്ഷണമുണ്ടാകുമ്പോഴൊക്കെ ഞാൻ വഴുതിക്കളയും. ഞാൻ കൂടി സംഘാടകനായ പുരോഗമന കലാസാഹിത്യ സംഘത്തിന്റെ കമ്മിറ്റികളിൽ സാഹിത്യക്യാമ്പ് സംഘടിപ്പിക്കാം എന്ന് ചർച്ച വരുമ്പോഴൊക്കെ അതിന് വിലങ്ങടിക്കും. വേണ്ട, ഞാൻ സമ്മതിക്കൂല!

മലയാളത്തിലിറങ്ങുന്ന ഒട്ടുമിക്ക പ്രസിദ്ധീകരണങ്ങളും വാങ്ങുന്ന കൂട്ടത്തിലാണ് ഞാൻ. സാഹിത്യേതരമായതും വായിക്കും. പുസ്തകങ്ങളേക്കാൾ ഒരുപക്ഷേ, ഞാൻ ആനുകാലിക പ്രസിദ്ധീകരണങ്ങളായിരിക്കും വാങ്ങിക്കൂട്ടിയിരിക്കുക. പത്രക്കെട്ടുകൾ തൂക്കി ആക്രിക്കച്ചവടക്കാർക്ക് കൊടുക്കുന്നതുപോലെ മാഗസിനുകൾ ഞാൻ വില്ക്കില്ല. അവയെല്ലാം ഭദ്രമായ് വീട്ടിൽ ബെർത്തുകളായ് വാർത്ത പോക്കറ്റിൽ നിക്ഷേപിക്കും. വാർദ്ധക്യത്തിൽ, വിശ്രമകാലത്ത് വീണ്ടും വായിക്കാൻ. അക്കാലത്തതൊരമൂല്യനിധിയായിത്തീർന്നിരിക്കും.

അങ്ങനെ ഭ്രാന്തമായ വായനയ്ക്കിടയിൽ ഒരിക്കൽ അത്രയൊന്നും പ്രശസ്തമല്ലാത്ത ഒരു ഇസ്ലാമിക മാസികയിൽ എന്റെ കണ്ണുടക്കി. ഇതാ വർഷങ്ങളായ് ഞാൻ തേടിയിരുന്ന ഒരിക്കലും തൃപ്തികരമായ - ലളിതമായ - മറുപടി കിട്ടാതിരുന്ന ആ ചോദ്യത്തിനുത്തരം! പ്രസിദ്ധ സാഹിത്യകാരൻ ശിഹാബുദ്ദീൻ പൊയ്ത്തുംകടവിന്റെ ലേഖനമായിരുന്നു അത്.

"നിങ്ങൾ എഴുത്തുകാരുടെ കഥയും കവിതയുമൊക്കെ വായിക്കുന്നതുകൊണ്ട് ഞങ്ങൾക്കെന്താണ് നേട്ടം? അഥവാ സാഹിത്യംകൊണ്ടെന്ത് മെച്ചം? വായന മെനക്കെട്ട പണിയാണല്ലോ. ഒന്നും വായിക്കാതെയും ഇവിടെ സുഖമായ് ജീവിച്ചുപോകാം. പിന്നെന്തിന് വായിക്കണം?" ഇതായിരുന്നു ചോദ്യം.

ഉത്തരം (ഇത് ഞാൻ ഓർമ്മയിൽനിന്ന് വ്യാഖ്യാനിച്ചെഴുതുകയാണ്):

'പേമാരി പെയ്താൽ മണ്ണൊലിപ്പുണ്ടാകും. പ്രകൃതിയിൽ മേൽമണ്ണിലാണ് ഫലഭൂയിഷ്ഠത മുഴുവൻ. അതൊലിച്ചുപോയാൽ ആ ഇടം തരിശാണ്. ഒന്നും വിളയുകയില്ല. പക്ഷേ, പഴമക്കാരും ശാസ്ത്രവും പറയുന്നു, മണ്ണൊലിപ്പ് തടയാൻ ഏറ്റവും ഫലപ്രദമായ മാർഗ്ഗം വൃക്ഷങ്ങൾ വെച്ചുപിടിപ്പിക്കലാണെന്ന്. വൃക്ഷങ്ങൾ മഴപെയ്ത്തിൽ മണ്ണൊലിച്ചു

പോകാൻ അനുവദിക്കാതെ പ്രതിരോധമായി വർത്തിക്കും.

ഈ പ്രകൃതിപ്രതിഭാസംപോലെ മനുഷ്യമനസ്സുകളിലും ഇടയ്ക്കൊക്കെ പേമാരിയും കൊടുങ്കാറ്റും ഉണ്ടാകാറുണ്ട്. എന്താണ് മനുഷ്യമനസ്സിലെ പേമാരി? ദുരന്തങ്ങളുടെ രൂപത്തിലും ഹിംസാത്മകതയായും പ്രലോഭനമായുമൊക്കെ അതുവരാം. ആ സന്ദർഭത്തിൽ മനസ്സിന്റെ ഫലഭൂയിഷ്ഠത ഒലിച്ചുപോകും. ദയ, സ്നേഹം, ആർദ്രത - അതായത് മനുഷ്യത്വം - തുടങ്ങിയ സദ്വികാരങ്ങളാണല്ലോ മനസ്സിന്റെ ഫലഭൂയിഷ്ഠത. അത് നഷ്ടമായാൽ പിന്നെ മണ്ണിന്റെ കാര്യം പറഞ്ഞപോലെ മനസ്സും തരിശ്. അവിടെ നന്മ വാഴില്ല. അനന്തരം ദുർവ്വികാരങ്ങളുടെ വിളയാട്ടമായിരിക്കും. മനുഷ്യൻ അധമനാകുന്നു. ഇത്തരം സന്ദിഗ്ദ്ധതകളിൽ മനസ്സിന്റെ ഫലഭൂയിഷ്ഠത ഒലിച്ചുപോകാതെ സംരക്ഷിക്കുന്ന വൃക്ഷങ്ങളാണ് പുസ്തകങ്ങളും സാഹിത്യവും. ധാരാളം വായിക്കുക എന്നുപറഞ്ഞാൽ മനസ്സിനെ ശാക്തീകരിക്കുക എന്നാണർത്ഥം. സാഹിത്യം മധുരമുള്ളതാക്കാനാണ് കഥകളുടേയോ കവിതകളുടേയോ രൂപം വരിക്കുന്നത്. വായന/സാഹിത്യം ഒരാളെ നല്ല മനുഷ്യനാക്കുന്നു. അതാണല്ലോ ജീവിതസാഫല്യം. കല ജീവിതത്തിന്റെ ഉപ്പാണ്.'

'അന്വേഷിപ്പിൻ കണ്ടെത്തും.', 'മുട്ടുവിൻ തുറക്കപ്പെടും.' പ്രകൃതിയുടെ സിദ്ധാന്തമാണിത്.

ശേഷം ഏതാനും ആഴ്ചകൾ പിന്നിട്ടു. ജൂൺ 19. വീണ്ടുമൊരു വായനാദിനം എത്തുകയായി. അപ്പോൾ എന്റെ ഗ്രാമത്തിലെ സ്കൂളിൽ നിന്നൊരു ഫോൺകോൾ. വിദ്യാരംഗം കലാസാഹിത്യവേദിയുടേയും ലൈബ്രറിയുടേയും ചുമതലയുള്ള ടീച്ചറാണ്. "വായനാദിനത്തോടനുബന്ധിച്ച് ഒരു കഥാ കവിതാക്യാമ്പ് സംഘടിപ്പിക്കുന്നു. വലിയ എഴുത്തുകാരെ കൊണ്ടുവരാനുള്ള സാമ്പത്തികമൊന്നും ഞങ്ങൾക്കിപ്പോഴില്ല. പ്രദീപ് ഇന്നാട്ടിലെ കഥാകൃത്തല്ലേ. ഈ ക്യാമ്പിൽ പങ്കെടുത്ത് കുട്ടികളോടൊത്തൊന്ന് കൂടാമോ?'

അധികമാലോചിക്കാതെ ഞാൻ മറുപടിയേകി:

"തീർച്ചയായും ടീച്ചർ, ഏറെ സന്തോഷം."

ശിഹാബുദ്ദീൻ പൊയ്ത്തുംകടവിന് നന്ദി.

പനിച്ചൂര്

ഓരോവർഷവും മഴക്കാലമെത്തുമ്പോൾ ഞാനാശിക്കും. ഇക്കുറി മഴയൊന്നാസ്വദിച്ചുകളയണം. ഇടിയും കാറ്റും അകമ്പടി സേവിക്കുന്ന ഊക്കൻമഴ, ദേഹത്ത് വീണാൽ ഇക്കിളിപ്പെടുന്ന ചാറ്റൽമഴ. മഴയുടെ വിവിധ ഭാവങ്ങൾ. പ്രഭാതത്തിലുണരുക, ഉദയം കാണുക, കിളികളുടെ കൂജനം കേൾക്കുക ഇതൊക്കെയും ഞാൻ താലോലിക്കുന്ന മോഹങ്ങൾ തന്നെയാണ്. പക്ഷേ, മോഹങ്ങൾ മോഹങ്ങളായിത്തന്നെ നീണ്ടുപോകുന്നു. ഒന്നും ആസ്വദിക്കാൻ നിർവ്വാഹമില്ല. ഞാനൊരു കൊച്ചുകോൺട്രാക്ടർ. കുറച്ച് ആളുകളെ വെച്ച് വാർപ്പുപണി ചെയ്യിപ്പിച്ചും, ചെയ്തും ഉപജീവനം നടത്തുന്ന ഒരാൾ. എന്റെ പണിക്ക് ഈ മഴ ഹറാമാണ്. എന്നേയും എന്റെ സഹപ്രവർത്തകരേയും അലോസരപ്പെടുത്തുന്ന മഴയെ ഞാനെങ്ങനെയാണ് ആസ്വദിക്കുക. മഴക്കാലം നിർമ്മാണത്തൊഴിലാളികൾക്ക് കഷ്ടകാലമാണ്. ഈ മേഖലയിൽ ജോലിചെയ്യുന്നവർക്ക് രണ്ടുദിവസം അടുപ്പിച്ച് ജോലി ഇല്ലെങ്കിൽ അടുപ്പിൽ തീ പുകയില്ല. അത്രയും അനിശ്ചിതമാണവരുടെ ജീവിതം.

നിങ്ങൾ കെട്ടിടനിർമ്മാണത്തൊഴിൽ ചെയ്യുന്ന (പ്രത്യേകിച്ച് വാർപ്പ്, പടവ്) മലയാളികളെ ശ്രദ്ധിച്ച് നോക്കൂ. അസഹിഷ്ണുത, വെറുപ്പ്, വിരാഗം ഇതൊക്കെ കൂടിക്കലർന്ന ഒരു ഭാവമായിരിക്കും അവർക്ക്. ആരെയൊക്കെയോ പ്രാകിക്കൊണ്ടാണവർ പണിയെടുക്കുക. വെയിലാണെങ്കിൽ പൊരിവെയിൽ. അത് മുഴുവൻ കൊള്ളണം. വിയർപ്പുപോലും ബാഷ്പീകരിക്കുന്ന ചൂടാണിപ്പോൾ. മഴയാണെങ്കിൽ അത് മുഴുവൻ ഏല്ക്കണം. വൈകുന്നേരം ഒരു ശവം പോലെയാണയാൾ കുടുംബത്തിലെത്തുക. ഒരാശ്വാസത്തിനുവേണ്ടി മിക്കവരും മദ്യപിക്കും. എന്നാലേ മേലും കൈയും വേദന മാറിക്കിട്ടൂ. അപ്പോൾ അദ്ധ്വാനിച്ചതിന്റെ ഒരു

പങ്ക് ആ നിലയിൽ പാഴാകും. നിരാശ വർദ്ധിക്കുന്നു.

മഴക്കാലത്ത് കെട്ടിടനിർമ്മാണമേഖലയിൽ അപകടങ്ങളേറും. ശ്രദ്ധിച്ചിട്ടുണ്ടോ, യാതൊരു സേഫ്റ്റി പ്രിക്വോഷൻസും ഇല്ലാതെയാണ് കേരളത്തിൽ കൺസ്ട്രക്ഷൻ നടക്കുന്നത്. പിന്നെ രോഗങ്ങൾ. പനിയാണ് പ്രധാന വില്ലൻ. അസുഖം വന്ന് പൂർണ്ണമായി മാറുന്നതുവരെ റെസ്റ്റെടുക്കാനൊന്നും ഞങ്ങൾക്ക് പറ്റില്ല. കുടുംബം വെളുക്കും.

എന്നെ സംബന്ധിച്ച് പനി എനിക്ക് രണ്ടോ മൂന്നോ വർഷം കൂടുമ്പോൾ വരാറുള്ള ഒരതിഥിയാണ്. വന്നാപിന്നെ വിട്ടുമാറാൻ സമയമെടുക്കും. പത്തോപതിനഞ്ചോ ദിവസം 'ആഘോഷ'മായിത്തന്നെ ഞാനങ്ങ് കിടക്കും. ഡോക്ടറെ കാണാൻ കൂട്ടാക്കില്ല. പനി പനിച്ച്പോണം. കഴിയുന്നതും ഇംഗ്ലീഷ് മരുന്നുകൾ കഴിക്കുകയില്ലാ എന്ന വാശിയും. ഒന്നുകിൽ പനി താനെ മാറും അല്ലെങ്കിൽ അത് മൂർച്ഛിച്ച് വീട്ടുകാരെന്നെ നിർബ്ബന്ധമായി ഡോക്ടറുടെ അടുത്തേക്ക് കൊണ്ടുപോകും. അതാണ് പതിവ്.

അന്നെനിക്കൊരു മേജർ കോൺക്രീറ്റുണ്ടായിരുന്നു, കനത്ത മഴ കാരണം രണ്ടുവട്ടം കോൺക്രീറ്റ് നീട്ടിയതാണ്. ഇനി നീട്ടിയാൽ കെട്ടിട ഉടമയ്ക്ക് ഗൾഫിലേക്ക് മടങ്ങേണ്ട ഡേറ്റുമായി ക്ലാഷുണ്ടാകും. അതുപാടില്ല. തലേദിവസം നേരിയ പനി തുടങ്ങിയിരുന്നു. ഞാനോർമ്മിച്ചു, എനിക്ക് പനി വന്നിട്ട് മൂന്നരവർഷം കഴിഞ്ഞിരിക്കുന്നു. ഇതതുതന്നെ. സാരമില്ല ഈ കോൺക്രീറ്റ് കഴിഞ്ഞാൽ പിന്നെ വലിയ പണിത്തിരക്കില്ല. പനിയെങ്കിലും ഒന്നാസ്വദിക്കാം.

അന്ന് പ്രഭാതത്തിൽ തെളിഞ്ഞ കാലാവസ്ഥയായിരുന്നു. ഇങ്ങനെ തന്നെനീണ്ടുനിന്നാൽ മതിയായിരുന്നു. കോൺക്രീറ്റിനെത്തിയ ബംഗാളികളിൽ എനിക്കേറ്റവും ഇഷ്ടമുള്ള മേസ്തിരി രമേശില്ല എന്നതാണ് എന്റെ വിഷമം. മാത്രമല്ല പറഞ്ഞതിൽനിന്നും മൂന്നുപേർ കുറവാണ്. ആവശ്യമുള്ളതിൽ നിന്നൊരാളുടെ കുറവുപോലും ചിലപ്പോ ഒരു കോൺക്രീറ്റിനെ ബാധിക്കും. രമേശുണ്ടെങ്കിൽ കോൺക്രീറ്റ് റേഷ്യോ പറഞ്ഞുകൊടുക്കേണ്ട കാര്യമില്ല. കിറുകൃത്യമായിരിക്കും. ഇതിപ്പോൾ സദാ ഞാൻ ശ്രദ്ധിച്ചുകൊണ്ടിരിക്കണം.

കോൺക്രീറ്റ് ആരംഭിച്ച് ഒരുമണിക്കൂർ കഴിഞ്ഞപ്പോൾ എനിക്ക് പനി കൂടാൻ തുടങ്ങി. കുറച്ചുകൂടി കഴിഞ്ഞപ്പോൾ തലകറങ്ങുന്നതായി തോന്നി. കിടന്നേ പറ്റൂ, അല്ലെങ്കിൽ വീണുപോകും. ഞാൻ വീണാൽ കോൺക്രീറ്റ് കുറച്ചുസമയത്തേക്കെങ്കിലും നിലയ്ക്കും. ഞാൻ തട്ടിൻപുറത്തുനിന്നും മെല്ലെ താഴേക്കിറങ്ങി. ബെർത്തിനുവേണ്ടി, പണിയുന്ന വീടിന്റെ സ്റ്റോർ റൂമും ബാത്ത്റൂമും താഴ്ത്തിവാർത്തിരുന്നു. അതിൽ ആണികൾ പറിക്കാത്ത പലകകൾ ചിതറിക്കിടക്കുന്നുണ്ട്. പൊട്ടുകല്ലുകളുണ്ട്. അവിടവിടെ വെള്ളം തളംകെട്ടിക്കിടക്കുന്നുണ്ട്. എന്നാലും ഞാനവിടെ എങ്ങനെയോ സ്ഥലമുണ്ടാക്കി ചുരുണ്ടുമടങ്ങിക്കിടന്ന് ദീർഘമായി വായു വലിച്ചെടുക്കാൻ തുടങ്ങി. ഏതാണ്ടരമണിക്കൂർ കഴിഞ്ഞ

പ്പോൾ തലചുറ്റലിനാക്കം വന്നു. ഇനി എന്തെങ്കിലും കഴിക്കണം. രാവിലെ ഒന്നും കഴിക്കാതെയാണ് വീട്ടിൽ നിന്നിറങ്ങിയത്. ഞാൻ പതുക്കെ തട്ടിൻപുറത്തേക്ക് ചെന്നു. ഈ കെട്ടിടം ഒരു മുസ്ലീമിനാണ്. റമദാൻ മാസമായതിനാൽ അവർക്കെല്ലാം നോമ്പാണ്. ഞങ്ങൾക്കുള്ള ഭക്ഷണം കാറ്ററിങ് സർവ്വീസിൽ നിന്ന് ബിരിയാണിപ്പൊതികളായി ഏല്പിച്ചിട്ടുണ്ട്. ഏർപ്പാടുകളെല്ലാം ഞാൻതന്നെ. പണം അവർ തരും. ഭക്ഷണം പതിനൊന്ന് പന്ത്രണ്ട് മണിക്കേ എത്തൂ. എനിക്ക് വേണ്ടത് ബിരിയാണിയും നെയ്ച്ചോറുമൊന്നുമല്ല, ഒരു ഗ്ലാസ് കട്ടൻചായയും കുറച്ചുപഴവും. ഞാൻ പതുക്കെ കെട്ടിടമുടമയുടെ അനിയനെ- അയാൾക്ക് എപ്പോഴും മന്ദഹസിക്കുന്ന ഒരു മുഖമാണ് - വിളിച്ച് സ്വകാര്യമായി ആവശ്യം പറഞ്ഞു.

"…..നോമ്പെടുക്കുന്നവർ ഭക്ഷണം കഴിക്കുന്നതുമാത്രമല്ല കൊടുക്കുന്നതും തെറ്റാണെന്ന് കേട്ടിട്ടുണ്ട്. പക്ഷേ, നിവൃത്തിയില്ലാത്തതുകൊണ്ടാണ്; അത്രയ്ക്ക് വയ്യ."

അയാൾ പ്രകാശമയമായൊന്ന് ചിരിച്ചു:

"ഞാൻ റെഡിയാക്കിത്തരാം. ഉപ്പയറിഞ്ഞാൽ പ്രശ്നമാണ്. നിങ്ങൾ വീടിന്റെ പിന്നാമ്പുറത്തുള്ള ചായ്പ്പിലേക്ക് വരിൻ." അവർ താമസിക്കുന്ന വീടും സൈറ്റും തൊട്ടടുത്താണ്.

നന്ദിയോടെ അയാൾ ഒളിച്ചുകൊണ്ടുതന്ന ഭക്ഷണം ഞാൻ കഴിച്ചു. ക്ഷീണമൊന്നകന്നു. എന്നാലും പനി കൂടുകയാണ്. എന്തോ ദൈവം എന്റെ നിസ്സഹായതയ്ക്ക് തുണ നല്കുന്നതുപോലെ, അന്ന് പണിക്കാരെല്ലാം നല്ല ശുഷ്കാന്തിയിലും ആത്മാർത്ഥയിലുമായിരുന്നു. മറ്റേത് ഇടയ്ക്കിടയ്ക്ക് ഞാനൊച്ചയിടണം. ആട്ടിത്തെളിക്കണം. ഞാൻ തട്ടിൻപുറത്ത് താഴേയും മേലേയും ഒരുപോലെ കാണുംവിധം ഇരുന്ന് ജോലി നിരീക്ഷിക്കാൻ തുടങ്ങി.

വാർപ്പ് ഏതാണ്ട് പകുതി കഴിഞ്ഞു. ഈ നിലയിൽ പോയാൽ രണ്ടു മണിയോടെ തീരും. അപ്പോഴതാ മഴയുടെ വരവ്. ഫിനിഷ് ചെയ്ത ഭാഗത്ത് ടാർപ്പായ ഇടണം. പനിയാണെന്ന് പറഞ്ഞ് മാറിനില്ക്കാൻ വയ്യ. ദേഹത്തുപതിക്കുന്ന ഓരോ തുള്ളിയും ആസിഡ് പോലെയാണെനിക്ക് അനുഭവപ്പെട്ടത്. മഴ പെയ്യുകയും തോരുകയും ചെയ്തുകൊണ്ടിരുന്നു. പന്ത്രണ്ട് മണിക്ക് പെരുമഴപെയ്തു. അപ്പോൾ മിക്സിങ് മെഷീൻ ഓഫാക്കി പണിക്കാർ ഭക്ഷണം കഴിക്കാനിരുന്നു. എന്റെ ദേഹം വിറയ്ക്കാൻ തുടങ്ങിയിരുന്നു. എവിടെയെങ്കിലും ഒന്ന് ചാഞ്ഞാൽ പിന്നെ എണീക്കലുണ്ടാവില്ല എന്ന് തോന്നി. എന്റെ പ്രാർത്ഥനയുടെ തീവ്രതയായിരിക്കാം പിന്നെ മഴ പെയ്തില്ല. മൂന്നുമണിയോടെ കോൺക്രീറ്റ് തീർന്നു. ഹോ, സ്വർഗ്ഗം കിട്ടിയ പ്രതീതി. ഇനി പതിനെട്ട് കിലോമീറ്റർ ബൈക്കോടിച്ച് വീട്ടിലെത്തി കുളിച്ച് കിടക്കയിലേക്ക് വീഴാം..

പണിക്കാർക്കുള്ള കൂലിയെല്ലാം കൊടുത്തു കഴിഞ്ഞപ്പോൾ കോൺക്രീറ്റ് മേസ്തിരിയായ ബംഗാളി അൻപതുരൂപ ചായപൈസയ്ക്കുവേണ്ടി എന്നോടു കെഞ്ചി. ഉസ്മാൻ, രമേശിന്റെ പകരക്കാരൻ. അവ

നാണ് ഈ കോൺക്രീറ്റ് പ്രതികൂലാവസ്ഥയിലും പെട്ടെന്നൊതുക്കിത്തന്നത്. മറ്റാരെങ്കിലുമായിരുന്നെങ്കിൽ നേരം പാതിരയാക്കിയേനെ. എന്നാൽ പിന്നെ എന്റെ സ്ഥിതി ! നിറഞ്ഞ മനസ്സോടെ നൂറ് രൂപ ഞാനവന് കൊടുത്തപ്പോൾ ഉസ്മാൻ ആ നോട്ടിൽ മുത്തംവെച്ച് അണ്ടർവെയറിന്റെ പോക്കറ്റിൽ തിരുകി. എന്റെ ഹൃദയം വിങ്ങി.

എങ്ങനെയൊക്കെയോ ഞാൻ വീട്ടിലെത്തി. കുളിച്ചു കിടക്കയിലേക്ക് മറിഞ്ഞു. 'ഇത് തക്കാളിപ്പനിയുടെ കാലമാണ്.' ഭാര്യ ഡോക്ടറെ കാണാതെ വന്നതിന് പിറുപിറുക്കുന്നത് വേറേതോ ലോകത്തെന്നപോലെ കേൾക്കാം. പനിയേക്കാൾ ശക്തിയായി അപ്പോൾ തലവേദനയാണ്. പിറ്റേന്നാൾ വൈകിട്ടുവരെ കിടപ്പ് തുടർന്നു. തലവേദന സഹിക്കവയ്യാതായപ്പോൾ ചെറിയൊരു കോമ്പ്രമൈസ് ആകാമെന്ന് കരുതി. ഭാര്യക്ക് ഇടയ്ക്കൊക്കെ തലവേദന വരാറുണ്ട്. അതുകൊണ്ട് മരുന്ന് സ്റ്റോക്കാണ്. ഞാനൊരു ഗുളിക വാങ്ങിക്കഴിച്ചു. തലവേദന കുറഞ്ഞു. പിറ്റേന്നാൾ രാവിലേക്ക് പനിയും മാറിയിരുന്നു. പക്ഷേ, അപ്പോഴേക്കും ഭാര്യക്കു പനിച്ചുതുടങ്ങി. ഉടനെ ഡോക്ടറെ കാണണമെന്നായി അവൾ. ഞാൻ ഉപദേശിക്കാനൊക്കെ നോക്കി: 'പനി പനിച്ചുമാറണം.....' അവൾ സമ്മതിച്ചില്ല. ഞാൻ വേഗം ഡോക്ടറെ കാണിക്കാൻ കൊണ്ടുപോയി. അവിടെ വെച്ച് ഭാര്യ പരമാവധി എന്നെയും പരിശോധിപ്പിക്കാൻ ശ്രമിച്ചു. ഞാൻ വഴങ്ങിയില്ല. വീട്ടിലെത്തിയപ്പോൾ എന്റെ പ്രതിരോധശക്തിയെപ്പറ്റിയും മറ്റും ഞാൻ ഭാര്യക്ക് ഒരു സ്റ്റഡിക്ലാസ് കൊടുത്തു.

അന്ന് വളരെ പ്രധാനപ്പെട്ട ദിവസമായിരുന്നു. ഒരു പ്രധാനപ്പെട്ട ഉപതിരഞ്ഞെടുപ്പിന്റെ ഫലമറിയുന്ന ദിവസം. അന്ന് എന്റെ ജീവിതത്തിലെ കാളരാത്രിയായിരുന്നു. ഭാര്യക്ക് പനി കുറഞ്ഞിരുന്നു. ഇംഗ്ലീഷ് മരുന്നിന്റെ ഊക്ക്! എനിക്ക് ഉച്ചയോടെ വീണ്ടും പനി തുടങ്ങി. സന്ധ്യക്ക് പനി കനത്തു. ചുമ, ചെവിവേദന, ഛർദ്ദി തുടങ്ങിയവയും. കട്ടിയുള്ള ദുർഗ്ഗന്ധമുള്ള കഫമാണ് ചുമയ്ക്കുമ്പോൾ നുരയ്ക്കുന്നത്.

രോഗവും പ്രത്യേകിച്ച് പനിയും, സർഗ്ഗാത്മകതയുമായി ബന്ധമുണ്ടെന്ന് തോന്നുന്നു. എന്റെ മനസ്സിൽ അപ്പോൾ നവീനമായ ആശയങ്ങളും വാചകങ്ങളും സന്ദർഭങ്ങളുമൊക്കെ മിന്നിമറയുകയാണ്. അത് പകർത്തിയാൽ ഗംഭീരസാഹിത്യമാകും. തീർച്ച. പിന്നേക്ക് ഇതൊന്നും ഓർത്തെടുക്കാൻ കഴിയില്ല. ഞാൻ ഭാര്യയോട് ചോദിച്ചു. 'ഞാൻ പറയുന്നത്. കടലാസിലേക്ക് പകർത്താമോ?' "ദെണ്ണം പിടിച്ചുകിടക്കുമ്പോഴെങ്കിലും നിങ്ങൾക്കീ ഒണക്കസാഹിത്യം വിട്ടുകൂടേ" എന്നായിരുന്നു മറുപടി. അതുവിട്ടപ്പോൾ ഉപതിരഞ്ഞെടുപ്പിലെ ഫലം അറിഞ്ഞേ മതിയാകൂ എന്നായി ഞാൻ. എന്റെ പാർട്ടി ജയിക്കുമോ? ഭാര്യ എന്നെ പ്രാകിക്കൊണ്ട് പോയി ടി വി ഓൺചെയ്തു. കുറച്ചുകഴിഞ്ഞ് വന്ന് വ്യക്തമാക്കിത്തന്നു. "നിങ്ങടെ പാർട്ടി തോറ്റു." പതുക്കെയാണതവൾ പറഞ്ഞതെങ്കിലും എന്റെയുള്ളിലുള്ളത് മുഴക്കവും മിന്നലുമുണ്ടാക്കി. ഞാൻ ഭയന്നതുതന്നെ സംഭവിച്ചിരിക്കുന്നു. അടുത്തകാലത്തായി പാർട്ടിയെടുത്ത

തീരുമാനങ്ങളിലധികവും പിഴവുകളായിരുന്നു.

സമയം രാത്രി ഒരുമണികഴിഞ്ഞു. ഒരു പനിസ്വപ്നത്തിൽനിന്ന് ഞാനുണരുകയായിരുന്നു. ശ്വാസംമുട്ടുന്നുണ്ട്. എത്ര ദീർഘമായി ശ്വസിച്ചാലും കുറച്ചേ അകത്തെത്തുന്നുള്ളൂ. ഹൃദയത്തിനു തൃപ്തിയില്ല. നെഞ്ച് മുഴുവൻ കഫം നിറഞ്ഞിരിക്കുകയാണ്. ചുമയ്ക്കുമ്പോൾ നെഞ്ച് നീറുന്നുണ്ട്. ഞാനെണീറ്റ് ഡൈനിങ്ങിലെ സോഫയിൽ പോയി കുറേ നേരമിരുന്നു. ചുമ തുടങ്ങിയാൽ പിന്നെ കുറേ നേരത്തേക്ക് നില്ക്കില്ല. അധികനേരം അവിടെയിരിക്കാൻ കഴിഞ്ഞില്ല. പോയി ശരീരമനക്കാതെ കിടന്നു. മലർന്ന് ഒരേ കിടപ്പ്. ആശ്വാസമുണ്ട്. ഒരേ പൊസിഷനിൽ കുറേ കിടക്കുമ്പോൾ ദേഹം ചുട്ട് അസ്വസ്ഥത തോന്നുമല്ലോ, അപ്പോൾ ഇടത്തേക്കോ വലത്തേക്കോ തിരിഞ്ഞാൽ കഫമിളകി ശ്വാസം മുട്ടിത്തുടങ്ങും. ഒരേ കിടപ്പ് അസഹനീയമാണെന്ന് ഞാനപ്പോഴാണറിയുന്നത്. ഒന്നു മയക്കം പിടിച്ചാൽ അബോധത്തിൽ ശരീരം ഏതെങ്കിലും ഭാഗത്തേക്ക് ചെരിയും. അപ്പോൾ ശ്വാസം മുട്ടും; ഉണരും. ചുമയ്ക്കും. പ്രളയം പോലെ കഫം നിറഞ്ഞ് ശ്വാസമെടുക്കാനാവാതെ മരിച്ചുപോകുമോ എന്നു ഞാൻ ഭയന്നു. ഇതിങ്ങനെയാണെങ്കിൽ ആസ്ത്മ പോലുള്ള അസുഖമുള്ളവരുടെ അവസ്ഥ എന്തായിരിക്കുമെന്ന് ഊഹിച്ചു. വഴിക്ക് വഴിയായി രണ്ടിടത്തേക്ക് എന്റെ ചിന്തകൾ പാഞ്ഞു. രണ്ടുകൊല്ലം മുമ്പ് *മാതൃഭൂമി* ഓണപ്പതിപ്പിൽ എന്റെ പ്രിയ നോവലിസ്റ്റ് ടി ഡി രാമകൃഷ്ണൻ തന്റെ ആസ്ത്മ രോഗത്തെപ്പറ്റി വിവരിക്കുന്നുണ്ട്. അദ്ദേഹത്തിന്റെ എഴുത്തിന്റെ സ്പർശം കാരണം അന്ന് ആ രോഗം എനിക്കും ഉണ്ടായിരുന്നെങ്കിലെന്ന് ആശിച്ചുപോയി. മറ്റൊന്ന് ഒരു പ്രായശ്ചിത്തമാണ്:

പതിനെട്ട് വർഷങ്ങൾക്കുമുമ്പ്,

അന്ന് അമ്മമ്മ ജീവിച്ചിരിപ്പുണ്ട്. അമ്മമ്മ ഒരു കടുത്ത ആസ്ത്മ രോഗിയായിരുന്നു. എനിക്കോർമ്മ വെച്ചതുമുതലേ അവരങ്ങനെതന്നെ. ശ്വാസം കിട്ടാതെ വലയുമ്പോൾ അമ്മമ്മ ഗുരുവായൂരപ്പനേയും അയ്യപ്പനേയുമൊക്കെ വിളിച്ചുകരയും. ഒരു ഡോക്ടറുടെ മരുന്ന് കുറേ കഴിക്കും. പിന്നെ ശരീരത്തിലാ മരുന്ന് ഏല്ക്കാതെയാവും. മരുന്ന് മാറ്റണം. എനിക്ക് വരുമാനമൊക്കെയായിത്തുടങ്ങിയപ്പോൾ ഒരിക്കൽ ഞാൻ മുൻകൈയെടുത്ത് ടൗണിലെ ഡോക്ടറുടെ അടുത്തേക്ക് അവരെ കൊണ്ടുപോയി പരിശോധിപ്പിച്ചു. ഞാൻ വലിയ ആളായി എന്ന് തെളിയിക്കൽ കൂടിയായിരുന്നു അത്. ഡോക്ടർ പുതിയ മരുന്ന് കുറിച്ചുതന്നു. 'Asthalin 2' എനിക്കിപ്പോഴുമത് മനഃപാഠമാണ്. എത്രയോകാലം ഞാനത് വാങ്ങിയിട്ടുണ്ട്. അമ്മമ്മയ്ക്ക് ആൺമക്കളില്ല. അതുകൊണ്ട് ഇനിമുതൽ ചികിത്സയുടെ ചെലവ് വഹിക്കാമെന്ന് ഞാൻ സ്വയമേറ്റു. അവർക്കെന്നെയും എനിക്കവരെയും അത്രയ്ക്കിഷ്ടമായിരുന്നു. ഗുളിക വാങ്ങിക്കൊടുക്കൽ എന്റെ ഉത്തരവാദിത്വമായി. അൻപതിന്റെയോ, നൂറിന്റെയോ പായ്ക്കറ്റ് മുറയ്ക്ക് ഞാൻ വാങ്ങിക്കൊടുക്കും. അവർക്കതിൽ നല്ല ആശ്വാസമുണ്ടായിരുന്നു. പക്ഷേ, ഒരു ദിവസം തെറ്റിയാൽ ശത്രു പൂർവ്വാധികം ശക്തിയോടെ തല

പൊക്കും.

ഒന്നുരണ്ടുവർഷമൊക്കെ ഞാൻ മരുന്ന് കൃത്യമായെത്തിച്ചുകൊടുത്തു. പക്ഷേ, കുറേക്കഴിഞ്ഞപ്പോൾ എനിക്ക് മടുപ്പും മടിയുമൊക്കെ തോന്നാൻ തുടങ്ങി. മരുന്ന് തെറ്റുമ്പോഴുള്ള അമ്മമ്മയുടെ മരണസഞ്ചാരം കാണുമ്പോൾ വിഷമം തോന്നുമെങ്കിലും എന്റെ മറവിയും അലംഭാവവും ഒരു സ്ഥിരം പരിപാടിയായി. അല്ലെങ്കിൽ ഒന്നോ രണ്ടോ ദിവസം തെറ്റിച്ചേ മരുന്ന് വാങ്ങൂ എന്നായി. അന്നവരനുഭവിച്ചതിന്റെ നൂറിലൊരംശമാണിപ്പോൾ ഞാനനുഭവിക്കുന്നത്. എന്നിട്ടും എനിക്കിത് സഹിക്കാൻ വയ്യ! മരണമാണ് ഇതിലും ഭേദമെന്നുവരെ തോന്നിപ്പോകുന്നു. അമ്മമ്മയെന്നെ ശപിച്ചിട്ടുണ്ടാകില്ല. ഒരിക്കലും മരുന്ന് കിട്ടാൻ വൈകിയതിൽ ദേഷ്യപ്പെട്ടിട്ടുമില്ല. പ്രകൃതി എന്നെ ചിലതോർമ്മിപ്പിക്കുകയാണ്. മറ്റുള്ളവരുടെ വേദന മനസ്സിലാക്കാതെ പോയാൽ ഒരിക്കൽ പ്രകൃതി അനുഭവിപ്പിച്ചുതരും. അതുമാത്രമാണിത്. അന്ന് അമ്മമ്മയ്ക്കത് സഹിക്കുകയേ നിവൃത്തിയുള്ളൂ. ഇപ്പോൾ എനിക്ക് വേണമെങ്കിൽ ഒരു വാഹനം പിടിച്ച് ഹോസ്പിറ്റലിലേക്ക് പോകാം. തൊട്ടടുത്ത വീട്ടിൽ ടാക്സിയോട്ടോയുണ്ട്. വേണ്ട! രാവിലെയാകട്ടെ. വാശി മാറ്റിവെച്ച് ഡോക്ടറെ കാണാം. അതുവരെ പശ്ചാത്താപത്തോടെ ഞാനിത് അനുഭവിച്ച് തീർക്കട്ടെ.

സാഹചര്യവശാൽ അമ്മമ്മ പണ്ട് വിളിച്ചിരുന്നതുപോലെ ഞാനും അപ്പോൾ ദൈവത്തെ വിളിക്കുകയാണ്.

“ഈശ്വരാ
ഗുരുവായൂരപ്പാ
ഭഗവാനേ...”

സത്യം. ഈശ്വരൻ വിളികേൾക്കുകയൊന്നുമല്ല. പക്ഷേ, ഒരാശ്വാസമുണ്ട്.

എന്റെ സഞ്ചാരം കേട്ട് ഭാര്യ ഉണർന്നിട്ടുണ്ട്....

പുറത്ത് മഴ തിമിർത്തു പെയ്യുകയാണ്. ജനാലയിലൂടെ എനിക്കത് കാണാം. ആത്മാവിനെ തൊടാം. അപ്പോൾ എന്റെ ശരീരത്തിൽനിന്നും കടുത്ത ഒരു ഗന്ധമുയരുന്നുണ്ട്. പനിച്ചൂര്.....!

എം ജി ആർ

ആദ്യമൊക്കെ ഞാൻ കരുതിയിരുന്നത് അയാളെ കളിയാക്കാൻ വേണ്ടി കൂട്ടുകാർ വിളിക്കുന്ന ഇരട്ടപ്പേരാണതെന്നാണ്. എം ജി ആർ. സൂപ്പർതാരത്തോടുള്ള ആരാധനമൂലം ആ കാലഘട്ടത്തിൽ ഒട്ടനവധി തമിഴ് കിടാങ്ങൾക്ക് മാതാപിതാക്കൾ ഈ പേരിട്ടിട്ടുണ്ട്. താരാരാധന തമിഴരുടെ രക്തത്തിലലിഞ്ഞുചേർന്ന ഒന്നാണല്ലോ.

നൂറ്റിയൻപതോളം പണിക്കാരുള്ള 'അൻപാ'ണ് എന്റെ കോൺക്രീറ്റ് മേസ്തിരി. പ്രദേശത്തെ വമ്പൻ അൻപ് തന്നെ. അൻപിന് കീഴേ പത്തോളം സൂപ്പർവൈസേഴ്സുണ്ട്. 'മെയിൻ' എന്നാണതിന് തമിഴർ പറയുക. കേരളത്തിൽ വാർപ്പുപണിയുടെ മെയിനാണ് താനെന്ന് പറയുന്നത് അങ്ങ് തമിഴ്നാട്ടിൽ വിലയും നിലയുമുള്ള പോസ്റ്റാണത്രെ. അപ്പോൾ പിന്നെ അൻപിന്റെ സ്റ്റാറ്റസ് എന്തായിരിക്കുമെന്നൂഹിക്കാമല്ലോ. മെയിൻ കഴിഞ്ഞാൽ അടുത്ത സ്ഥാനം മെഷീൻ ഓപ്പറേറ്റർക്കാണ്. ചിലപ്പോൾ മെയിൻതന്നെ മെഷീൻ ഓപ്പറേറ്ററുമാകും. പിന്നെ സ്ഥാനം ഷവ്വൽ കുത്തുന്ന ആൾക്കാണ് (കോൺക്രീറ്റ് കോരിക്കൊടുക്കൽ) . കോൺക്രീറ്റ് ചട്ടി ചുമക്കുന്നവരാണ് ഏറ്റവും താഴ്ന്ന കൂട്ടർ. ഇപ്പോൾ തമിഴർക്ക് പകരം ബംഗാളികൾ വന്നപ്പോഴും ഇതുതന്നെ സ്ഥിതി. ചട്ടി ചുമക്കുന്നവർ പടിപടിയായുയർന്ന് വലിയ സ്ഥാനങ്ങൾ കീഴടക്കുന്നു!

എന്റെ കോൺക്രീറ്റിന് മെയിനായി വരുക ഭൂരിപക്ഷവും എം ജി ആർ ആയിരിക്കും. എം ജി ആറിന്റെ കോൺക്രീറ്റാണോ എന്നാൽ 'വേല ശീക്രം മുടിയും' എന്നാണ് തമിഴർക്കിടയിലെ ചൊല്ല്.

എല്ലാ തമിഴരും പാന്റ്സും ഷൂസുമിട്ട് മലയാളികൾ ഗൾഫിൽ നിന്ന് മടങ്ങിവരുമ്പോലെ ആറുമാസത്തിലൊരിക്കൽ നാട്ടിൽ പോകും. എന്നാൽ കേരളത്തിൽ വന്നിട്ട് പതിനഞ്ച് വർഷങ്ങൾ കഴിഞ്ഞിട്ടുപോലും എം ജി

ആർ ഇതുവരെ നാട്ടിൽ പോയിട്ടില്ല. കാരണം "അന്ത ആൾ വന്ത് ഊര്ക്ക് പോനാൽ എരന്തിടുവാങ്കേ" എന്നാണ് സഹപ്രവർത്തകർ പറയുന്നത്. എന്തോ കാര്യമായ പ്രശ്നത്തിൽപ്പെട്ട് മുങ്ങിയതാണെന്ന് കരുതാം. പൊണ്ടാട്ടി ഉണ്ടോ എന്നറിയില്ല. അതിനെപ്പറ്റി ചോദിക്കുന്നത് പുള്ളിക്കിഷ്ടമല്ല. വയസ്സ് നാല്പതിലേറെയായിക്കാണണം.

നാട്ടിൽ പൊണ്ടാട്ടിയുണ്ടെങ്കിലും കേരളത്തിൽ കോൺക്രീറ്റ് പണിക്കുവരുന്ന മിക്ക തമിഴർക്കും ഇവിടെ ചുറ്റിക്കളിക്ക് ഒരു പെണ്ണ് കാണും. ഞങ്ങൾ കരാറുകാരുടെ കളിയാക്കൽ ഭാഷയിൽ 'സ്റ്റെപ്പിനി' എന്നാണതിന് പറയുക. ചിലപ്പോഴത് കൂട്ടത്തിൽ വേലയ്ക്ക് വന്ന തമിഴത്തികളാകും. അല്ലെങ്കിൽ നാട്ടിലെ മലയാളിമങ്കകളായ തൊഴിലാളികളാവാം. അതുമല്ലെങ്കിൽ ഇവിടത്തെ ചീപ്പ് വേശ്യകളുമാകാം. മിക്കവാറും ഇവരുടെ അദ്ധ്വാനത്തിന്റെ മുക്കാൽപങ്കും സ്റ്റെപ്പിനി വലിക്കും. തമിഴ്നാട്ടിലേക്കാ പണം ഒഴുകില്ല. ബംഗാളികൾക്കു പകരം തമിഴർ മാത്രമുള്ള കാലത്ത് ഇവിടെ സാമ്പത്തികമാന്ദ്യം ഇല്ലാത്തതിന്റെ പൊരുൾ പിടികിട്ടിയല്ലോ.

ലച്ചി ഈ ഗണത്തിൽപ്പെട്ട തമിഴത്തിയാണ്. ഇരുവശവും മൂക്ക് കുത്തി മുറുക്കിചുവപ്പിച്ച് മദ്ധ്യവയസ്സിലും പാദസരവും മുല്ലപ്പൂവുമണിഞ്ഞുനടക്കുന്ന 'സുന്ദരി'. കുടിയേറ്റത്തിന്റെ കണക്ക് നോക്കുമ്പോൾ എം ജി ആറിനേക്കാൾ സീനിയറാണവൾ. ലച്ചി എല്ലാദിവസവും കോൺക്രീറ്റ് പണിക്ക് പോകും. വൈകുന്നേരം വിഭാര്യരും, സ്റ്റെപ്പിനിയില്ലാത്തവരുമായ തമിഴരുടെ ദാഹം തീർക്കുകയും ചെയ്യും. പുറംസമ്പർക്കമില്ല. അൻപിന്റെ കമ്പനിയിലെ ചെറുപ്പക്കാർക്ക് മാത്രം. മറ്റിടപാടുകൾക്ക് അൻപ് സമ്മതിക്കില്ല. അടുത്ത ക്വാട്ടേഴ്സുകളിലായാണ് അൻപുകമ്പനി തിങ്ങിപ്പാർക്കുന്നത്. ഒരുദിവസം ലച്ചി ഒന്നിലേറെപ്പേരെ സ്വീകരിക്കും. നൂറു രൂപ ഫീസ്. ഇതുപോലെ വേറെയും തമിഴത്തികളുണ്ട് അൻപു കമ്പനിയിൽ. വല്ലി, കിളിമോൾ... കോൺക്രീറ്റ് പണിചെയ്യാൻ മടിച്ച് തെണ്ടാൻ മാത്രം നടക്കുന്ന മയിലമ്മയും ആ ഗണത്തിൽപ്പെട്ട ആളാണ്.

എം ജി ആർ ശയിച്ചിരുന്നത് ലച്ചിയോടൊപ്പമായിരുന്നു. കുറേ കഴിഞ്ഞപ്പോൾ അയാൾക്ക് അവളോട് പ്രണയമായി. അയാൾ മറ്റൊരുവളേയും സമീപിച്ചിരുന്നില്ല. മറ്റുള്ളവർ ലച്ചിയെ അനുഭവിക്കുന്നതും അയാൾക്ക് പിടിക്കാതായി. ലച്ചിയെ കല്യാണം കഴിക്കാൻ എം ജി ആർ തയ്യാറായിരുന്നു. പക്ഷേ, ലച്ചിക്ക് സമ്മതമല്ല. ഈ തരത്തിലുള്ള ജീവിതം ശീലമായിപ്പോയി. അവസാനം അയാളൊരു നിബന്ധന വെച്ചു. എന്നും രണ്ടുപേരുടെ ഫീസ് താൻ തന്നോളാം. മറ്റാരേയും സ്വീകരിക്കരുത്. ആ ഉടമ്പടി ലച്ചി അംഗീകരിച്ചു.

പതിവായി എം ജി ആറിന്റെ കൂടെ മാത്രമേ ലച്ചി ജോലിക്കു പോകാറുള്ളൂ. മറ്റൊരു മെയിനിന്റെ കൂടെ വിടാൻ എം ജി ആർ കൂട്ടാക്കിയിരുന്നില്ല എന്നതാണ് വാസ്തവം. മണൽകോരുകപോലുള്ള ഏറ്റവും ലഘുവായ ജോലിയേ എം ജി ആർ അവളെക്കൊണ്ട് ചെയ്യിച്ചി

രുന്നുള്ളൂ. കഴിയുമെങ്കിൽ അവളുടെ ജോലിയിൽ സഹായിക്കാനും ആൾ ശ്രമിക്കും. ഈ വേർതിരിവ് കാരണം മറ്റു ജോലിക്കാരുടെ ശണ്ഠകൂടൽ പതിവായിക്കഴിഞ്ഞിരുന്നു. അപ്പോഴൊക്കെ എം ജി ആർ ഒരു ഈറ്റപ്പുലിയെപ്പോലെ ചീറി ലച്ചിയെ സംരക്ഷിക്കും. പലപ്പോഴും സൈറ്റിൽ എനിക്കത് തലവേദന സൃഷ്ടിക്കാറുണ്ട്.

അവരുടെ വിലാസങ്ങൾ അങ്ങനെ മുന്നോട്ടു പോയി. ലച്ചി ഉടമ്പടി തെറ്റിച്ചില്ല.

അതിനിടയ്ക്ക് ജോലി ചെയ്യുമ്പോൾ അബദ്ധത്തിൽ എം ജി ആറിന്റെ കൈയിലൊരു മുറിവ് പറ്റി. കൈയിൽ ബാൻഡേജിട്ടതിനാൽ ഏതാനും ദിവസം ജോലിക്ക് പോകാൻ തരമില്ല. കുറേക്കാലത്തിന് ശേഷം ലച്ചി പതിവ് വിട്ട് മെയിൻ തിമ്മയ്യന്റെ കൂടെ പണിക്ക് പോയി. എം ജി ആർ അത് വിലക്കാൻ പരമാവധി ശ്രമിച്ചു. നടന്നില്ല. സംഭവം ഉടമ്പടിയിലില്ലാത്തതാണല്ലോ. അതിന്റെ പിറ്റേന്ന് രാത്രി കൈയിൽ പണമില്ലാത്തതിനാൽ എം ജി ആർ ലച്ചിയോട് രാത്രിയിലെ പറ്റ് കടം പറഞ്ഞു. അന്ന് പ്രശ്നമുണ്ടായില്ല. കൂടെ കിടക്കാൻ അവളനുവദിച്ചു. അതിന്റെ പിറ്റേന്നും കടം പറയാനൊരുമ്പെട്ടപ്പോൾ ലച്ചി സമ്മതിച്ചില്ല. ദിവസവും രണ്ടുപേരുടെ ഫീസ് തന്നോളാമെന്നത് കരാറാണ്. ഇത് ശരിയാവില്ല. "പണം മാത്രമാണോ, ഞാൻ നിന്നെ സ്നേഹിക്കുന്നില്ലേ" എന്നൊക്കെ എം ജി ആർ പറഞ്ഞുനോക്കി. "ഇന്നവൾ എന്റെ കൂടെ പൊറുക്കട്ടെ, ഞാനും ഉയിരും ഉശിരുമുള്ള ഒരാണാണ്" എന്ന് തിമ്മയ്യൻ പ്രകോപിപ്പിക്കുന്നുണ്ട്. "ശരി നാളെ രാവിലെ കൃത്യം എട്ടുമണിക്ക് മുഴുവൻ പണവും തീർത്തുതരാം. ബ്ലേഡ്കാരൻ അബ്ബാസ് പണം തരാമെന്നേറ്റിട്ടുണ്ട്. ഈ ഒരു തവണമാത്രം, ഇനി കടം പറയുന്ന പ്രശ്നമില്ല" എന്ന ആവർത്തിച്ചുള്ള എം ജി ആറിന്റെ കട്ടായത്തിൽ ലച്ചി വഴങ്ങി. തിമ്മയ്യൻ സാധാരണപോലെ വല്ലിയുടെ കൂടെ പോയി. എം ജി ആർ അന്ന് മുറിവിലെ ബാൻഡേജ് സ്വയമഴിച്ചുമാറ്റി. ലച്ചിയെ കൈവിടുക എന്നത് അയാൾക്ക് സഹിക്കാൻ പറ്റുന്ന കാര്യമല്ലായിരുന്നു.

പിറ്റേന്ന് വെള്ളിയാഴ്ചയായിരുന്നു. അന്ന് കോൺക്രീറ്റ് വർക്കുകൾ അധികം ഉണ്ടാകാറില്ല. നിത്യവും ജോലിചെയ്യുന്ന ആളുകളായിട്ടു പോലും അന്നത്തെ ചെലവിന് അബ്ബാസിന്റെ കൈയിൽ നിന്ന് പണം പലിശയ്ക്ക് വാങ്ങും മിക്ക തമിഴരും. അബ്ബാസ് രാവിലെ അബൂട്ടി ഹോട്ടലിൽ വരും. അതാണ് പതിവ്.

എം ജി ആറും അബ്ബാസിനെ കാത്തിരിക്കുകയായിരുന്നു. അയാൾ ഇപ്പോൾ കഴിച്ചുകൊണ്ടിരിക്കുന്ന ചായപോലും കടമാണ്. അതിലേറെ അയാൾ വിഷമമനുഭവിക്കുന്നത് ലച്ചിയുടെ കാര്യത്തിലാണ്. ഒൻപതു മണി കഴിഞ്ഞിട്ടും അന്ന് അബ്ബാസ് വന്നില്ല. അന്വേഷിച്ചപ്പോൾ അറിയാൻ കഴിഞ്ഞു. ആവശ്യക്കാരേറെയുള്ളതിനാൽ അബൂട്ടി ഹോട്ടലിൽ എത്തുംമുമ്പേ അബ്ബാസിന്റെ കൈയിലെ പണം തീർന്നുപോയി. ഇനി അടുത്ത വെള്ളിയാഴ്ചയേ വരൂ.

നാളെ ജോലിയുണ്ട്. കൂലിയിൽനിന്ന് ലച്ചിയുടെ പറ്റ് തീർക്കാം. പക്ഷേ, ഇന്ന് .....! ലച്ചി!! എം ജി ആർ ആശയക്കുഴപ്പത്തിലായി.

കമ്പനിയിലുള്ള കുറേപ്പേർ ആ സമയം ഹോട്ടലിലുണ്ട്; തിമ്മയ്യനും. ആ സമയത്ത് ലച്ചി അങ്ങോട്ടുവരുന്നത് എം ജി ആർ കണ്ടു. അയാൾ വല്ലാതായി. പണം കൊടുക്കാമെന്നേറ്റ സമയം കഴിഞ്ഞു. ഇന്നിനി ഏർപ്പാട് ചെയ്യാൻ വേറെ തരമില്ല. ഇത്രകാലം കൂടെ കഴിഞ്ഞിട്ടും സത്യത്തിൽ അയാൾക്കവളോട് ഭയമാണപ്പോൾ തോന്നിയത്. മാറിക്കളയാനുള്ള സാഹചര്യമില്ല. ലച്ചി കണ്ടു കഴിഞ്ഞു. അവളെന്തിനോ ഒരുങ്ങിയുള്ള വരവാണെന്ന് തോന്നുന്നു.

"കാസെങ്കെ?" ലച്ചി കൈനീട്ടികൊണ്ട് എം ജി ആറിനോട് ചോദിച്ചു.

"ചിന്ന പ്രോബ്ലം. അബ്ബാസ് ഇങ്കെ വരലെ. ഒരുദിനംകൂടി വെയ്റ്റ് പണ്ണ്."

പൊടുന്നനെ ലച്ചിയുടെ മട്ട് മാറി. ഉഗ്രമായ ഒരസുരരൂപിണിയെ പോലെ ചീറി അവൾ എം ജി ആറിന്റെ കുത്തിന് പിടിച്ചു. പ്രാകൃതമായ തമിഴിലായിരുന്നു അവരുടെ വക്കാണം. ലച്ചുവിന്റെ തെറിയുടെ മലയാള ചുരുക്കം ഇതായിരുന്നു:

"എടാ നായേ, കൂടെ കിടന്നതിന്റെ കാശുതരാതെ പറ്റിച്ചുനടക്കാൻ നിനക്ക് നാണമില്ലേ. നീയൊരു തന്തയില്ലാത്തവനാണെന്ന് എനിക്ക് മുമ്പേ അറിയാമായിരുന്നു. നിന്റെ ചരിത്രമെല്ലാം അറിഞ്ഞിട്ടും നിന്നെ കൂടെ കിടത്തിയവളല്ലേ ഞാൻ. ആ നന്ദി നിനക്കുണ്ടോ... കൂടെക്കിടന്ന് കുത്തിമറിഞ്ഞാ മാത്രം പോരാ. കാശെണ്ണിതരാനും കഴിയണം. ഇനി നീയുമായെനിക്ക് യാതൊരു ഇടപാടുമില്ല. ആണും പെണ്ണും കെട്ട നീയിനി പോയി തൂങ്ങിച്ചാക്."

എം ജി ആറിന് സഹിക്കാവുന്നതിലും അപ്പുറമായിരുന്നു അത്. ജീവനോടെയങ്ങ് ഭൂമിക്കടിയിലേക്കിറങ്ങി പോയിരുന്നെങ്കിലെന്ന് അയാൾ ആശിച്ചു കാണും. അവളുടെ മുന്നിൽ അയാളുടെ വാദങ്ങളൊന്നും ഏശിയില്ല. കാലുപിടിക്കാൻ വരെ എം ജി ആർ തയ്യാറായിരുന്നു.

ലച്ചി തിമ്മയ്യനൊപ്പമാണവിടെനിന്ന് മടങ്ങിയത്.

എം ജി ആർ ഒരു കൊച്ചുകുട്ടിയെപ്പോലെ അവിടെയിരുന്നു കരഞ്ഞു. അയാൾ തമിഴർക്കിടയിലൊരു ഒറ്റയാനായിരുന്നു. ഒരു മുതിർന്ന മനുഷ്യൻ ഇങ്ങനെ കരയുന്നത് കണ്ട് സഹതാപം തോന്നിയ മലയാളികളിൽ ചിലർ ചേർന്ന് ആളെ ക്വാർട്ടേഴ്സിൽ കൊണ്ടുചെന്നാക്കി.

പണമുണ്ടായാലും ഇനി ലച്ചിയെ തിരിച്ചുപിടിക്കാനാവുമോ എന്ന കാര്യത്തിലയാൾക്ക് സംശയമുണ്ടായിരുന്നു. തിമ്മയ്യനായിരിക്കും ഇനി അവളുടെ രക്ഷകൻ....

2

അന്നെനിക്കൊരു കോൺക്രീറ്റുണ്ടായിരുന്നു. കോൺക്രീറ്റ് ദിനമെനിക്ക് ടെൻഷനാണ്. രാവിലെ അൻപെന്നെ അസാധാരണമായിങ്ങോട്ടു

വിളിച്ച് പറഞ്ഞു:

"ഇന്ന് വാർപ്പ് നടക്കില്ല മൊതലാളി. ഞങ്ങളുടെ കൂട്ടത്തിലൊരാൾ മരിച്ചു."

ഈശ്വരാ! ഇന്ന് മെയിൻസ്ലാബ് വാർപ്പാണ്. മുടങ്ങിയാലുള്ള കുഴപ്പങ്ങളെക്കുറിച്ചാലോചിച്ച് ആധിപൂണ്ട് മരണപ്പെട്ട ആളെപ്പോലും ഞാൻ പ്രാകിപ്പോയി.

"ആരാണ് മരിച്ചത്?"

"എം ജി ആർ. ഇന്ന് പുലർച്ചെ നിങ്ങളുടെ സൈറ്റിലേക്ക് വേലയ്ക്ക് പോകാനിരിക്കെ ലച്ചുവുമായി ശണ്ഠകൂടി കുറച്ചുസമയത്തിനുള്ളിൽ അയാൾ ബസിന് തലവെച്ച് സൂയിസൈഡ് ചെയ്തു."

സുധീർ
വാരിയങ്ങാട്ടിൽ (ഹൗസ്)
എ ആർ നഗർ പി ഒ

ഇപ്പോൾ, ഇരുപത്തിരണ്ട് വർഷംമുമ്പ് എന്റെ സഹപാഠിയായിരുന്ന സുധീറിനെ ഓർക്കാൻ ഒരു പ്രത്യേക സാഹചര്യമുണ്ടായിരിക്കുന്നു!

ഞാൻ തിരൂർ ഐ ടി ഐയിൽ പഠിക്കുന്ന കാലം.

വെൽഡർ ട്രേഡിൽ ഞങ്ങൾ പതിനാല് വിദ്യാർത്ഥികളേ ഉണ്ടായിരുന്നുള്ളൂ.

ക്ലാസിലുണ്ടായിരുന്ന മറ്റ് വിദ്യാർത്ഥികളെല്ലാം എന്നെക്കാളേറെ മുതിർന്നവരായിരുന്നു. ഞാൻ കൗമാരക്കാരനായിരുന്നുവെങ്കിൽ അവരെല്ലാം നന്നായി ശ്മശ്രുക്കൾ വളർന്ന ഒത്ത യുവാക്കൾ. അവരെന്നെ കളിയാക്കി ഓമനക്കുട്ടൻ എന്ന് വിളിക്കുകയും എന്നിലെ സ്ത്രൈണതയെ ലാളിക്കുകയും ചെയ്തു. ക്ലാസ്ടൈം കഴിഞ്ഞാൽ അവരുടെ മുന്നിലിരിക്കാൻ എനിക്ക് പ്രയാസമാണ്. ഞാൻ ഈർക്കിൽ പോലെ മെലിഞ്ഞവനും അപകർഷതാബോധം പേറുന്നവനുമായിരുന്നല്ലോ. എന്നാലും എന്റെ കുറവുകൾ മനസ്സിലാക്കി ക്ലാസ്മേറ്റ്സിൽനിന്ന് എനിക്കൊരു സുഹൃത്തുണ്ടായി. എ ആർ നഗറിൽനിന്നുള്ള സുധീർ.

സുധീർ ഇഷ്ടപ്രകാരം പഠിക്കാനെത്തിയതല്ല. ഇൻഡസ്ട്രിയൽ ട്രേഡിൽ ഒരു നാഷണൽ സർട്ടിഫിക്കറ്റ് കരസ്ഥമാക്കുക, ഭാവിയിൽ എപ്പോഴെങ്കിലും ഗുണം ചെയ്തേക്കും എന്ന ജ്യേഷ്ഠന്റെ പ്രേരണയിൽ എത്തിയതാണ്. അതുകൊണ്ടുതന്നെ പഠനത്തിൽ വേണ്ടത്ര ഉത്തരവാദിത്വമോ, ഗൗരവമോ അയാൾ കാണിച്ചില്ല. സുധീർ കുമാരനാശാനെയും ചങ്ങമ്പുഴയെയും സുഗതകുമാരിയെയുമൊക്കെ സ്നേഹിക്കുന്ന ഒരു കാവ്യാസ്വാദകനായിരുന്നു. പാഠപുസ്തകങ്ങളോടൊപ്പം കവിതാഗ്രന്ഥങ്ങളുമുണ്ടാകും. കവികളും ബുജികളും തോളത്ത് തൂക്കിയിടാറുള്ള ഒരു സഞ്ചിയുമായാണ് നടത്തം. 'സുധീർ വാരിയങ്ങാട്ടിൽ' എന്ന പേരിൽ

കവിതകളെഴുതുകയും ചെയ്തിരുന്നു. ഞാനാണ് സ്ഥിരം വായനക്കാരനും ശ്രോതാവും. എനിക്ക് അന്ന് കാവ്യബോധം തൊട്ടുതീണ്ടിയിട്ടില്ലാത്തതിനാൽ ആ കവിതകളുടെ നിലവാരമൊന്നും നോക്കാനറിയില്ലായിരുന്നു. അയാളുടെ കവിതകൾ ചൊല്ലാൻ ഒരീണമുണ്ടായിരുന്നു എന്ന് മാത്രമറിയാം. അതിമനോഹരമായ കൈയക്ഷരവുമായിരുന്നു. ഒരു വിഷയം പറഞ്ഞുകൊടുത്താൽ ഉടനെ രചനയാക്കുന്ന നിമിഷകവിയായിരുന്നെന്ന് ഇന്ന് തോന്നിപ്പോകുന്നു. അറിയപ്പെടുന്ന ഒരു കവിയും അദ്ധ്യാപകനുമായി തീരാനാണാഗ്രഹമെന്ന് എന്നോട് മനസ്സ് തുറന്നിരുന്നു. പി എസ് സി ടെസ്റ്റുകൾ നിരന്തരം എഴുതുന്നുണ്ട്. തുന്നലുകൾ വിട്ട ഷർട്ടും പാന്റും, തേഞ്ഞ് തേഞ്ഞ് ബ്ലേഡ് പോലെയുള്ള ഹവായ് ചെരുപ്പുമൊക്കെയായി എന്റെ ദാരിദ്ര്യാവസ്ഥയും ഒറ്റപ്പെടലും കണ്ടുള്ള അനുതാപം കൊണ്ടായിരിക്കണം അയാളെന്നെ കൂട്ടുകാരനാക്കിയത് എന്നുവേണം അനുമാനിക്കാൻ. അയാൾ മറ്റു സഹപാഠികളുടെ പരിഹാസത്തിൽനിന്നും വികൃതികളിൽനിന്നും എന്നെ സംരക്ഷിച്ചു. ഒരേ സമയം സുഹൃത്തും രക്ഷിതാവുമായിട്ട് എനിക്കയാൾ അനുഭവപ്പെട്ടു.

ഞാനും സുധീറുമടക്കം കുറച്ചുപേരേ ഉച്ചഭക്ഷണം വീട്ടിൽനിന്ന് കൊണ്ടുവന്നിരുന്നുള്ളൂ. ബാക്കിയെല്ലാവരും മെസ്സിൽനിന്ന് ബീഫ്ബിരിയാണി കഴിക്കും. ഞാൻ ഒരു മൂലയിൽ ഡെസ്കിനടിയിൽ ഒളിപ്പിച്ചുവെച്ചായിരുന്നു എന്റെ ചോറ്റുപാത്രം തുറക്കുക. വിഭവങ്ങളില്ലാത്ത പുളിവെള്ളമോ, ഉണക്കമീൻകറിയോ ഉള്ള എന്റെ ഭക്ഷണം ആരെങ്കിലും കാണുന്നത് ഞാനിഷ്ടപ്പെട്ടിരുന്നില്ല. സുധീർ തിരിച്ചാണ്. എല്ലാവരും കാണെ വാട്ടിയ വാഴയിലയിൽ പൊതിഞ്ഞ കുത്തരിച്ചോറ് പുറത്തെടുക്കും. പിന്നെ ഓരോ കുഞ്ഞളുക്കുകളിലായുള്ള മെഴുക്കുപുരട്ടി, അച്ചാർ, ഓംലറ്റ്, സാമ്പാർ എന്നിവ വിളമ്പും. ഏട്ടത്തിയമ്മ പ്രത്യേകം തയ്യാറാക്കിക്കൊടുക്കുന്ന ഒരു കട്ടച്ചമ്മന്തിയുമുണ്ട്. അതിനൊരു പ്രത്യേക രുചിയാണ്. മറ്റെല്ലാ വിഭവങ്ങളിൽനിന്നും പങ്ക് എനിക്ക് നീട്ടുമെങ്കിലും ഞാൻ സ്വീകരിക്കില്ല. തിരിച്ചു നല്കാൻ എന്റെ പക്കൽ വിഭവങ്ങളില്ലല്ലോ. പക്ഷേ, ഉണ്ടയാക്കി ഉരുട്ടിവെച്ചിരിക്കുന്ന ചമ്മന്തിയിൽ നിന്നൊരു നുള്ള് എന്നും അലസഭാവത്തിൽ വാങ്ങും. വേറൊന്നും വേണ്ട. അതുമാത്രം കൂട്ടി തൃപ്തിയോടെ ഒരു കിണ്ണം ചോറുണ്ണാം. അതിന്റെ കൂട്ടെന്താണെന്ന് ചോദിക്കുമ്പോൾ ഏട്ടത്തിയമ്മയുടെ കൈപ്പുണ്യമല്ലാതെ അസാധാരണമായൊന്നുമില്ല എന്ന് സുധീർ സാക്ഷ്യപ്പെടുത്തും. അമ്മയെക്കൊണ്ട് പലവട്ടം ആ തരം ചമ്മന്തി പറഞ്ഞുണ്ടാക്കിച്ചെങ്കിലും സുധീറിന്റെ രുചിക്കൂട്ടിലേക്കൊരിക്കലുമെത്തിയില്ല.

വെള്ളിയാഴ്ചകളിൽ ഉച്ചയ്ക്ക് രണ്ടുമണിക്കൂർ ഒഴിവുസമയമുണ്ട്. ആ സമയത്ത് പാടങ്ങളും തെങ്ങിൻതോപ്പുകളും നിറഞ്ഞ പ്രാന്തപ്രദേശങ്ങളിലേക്ക് ഞാനും സുധീറും നടക്കാനിറങ്ങും. കവിതയ്ക്ക് പുറമെ സുധീർ വീട്ടുവിശേഷങ്ങൾ പറയും. അത് കേൾക്കാൻ എനിക്ക് വലിയ താല്പര്യമാണ്. കാരണം അയാളുടെ വീടും നാടും പശ്ചാത്തലവും

അത്രയും സുഖകരമായിട്ടാണെനിക്കനുഭവപ്പെട്ടിരുന്നത്! സുധീറിന് എല്ലാവരുമുണ്ട്. സംരക്ഷണത്തിന്റെ സുരക്ഷിതമതിലുകൾ.... ഭാവി സുഭദ്രമാണ്, എഴുതാനുള്ള കഴിവ് വേറെയും. എനിക്കോ!?

സുധീറിൽനിന്ന് കേട്ടതിൽ, അയാളുടെ നാടിന്റേയും വീടിന്റേയും ഭൂപ്രകൃതിയും കുടുംബാംഗങ്ങളുടെ വ്യക്തിത്വങ്ങളുമൊക്കെ ഇഴചേർത്ത് ഞാനൊരു സുന്ദരലോകം പടുത്തുയർത്തിയിട്ടുണ്ടായിരുന്നു. അത്തരമൊരിടത്തിൽ ജനിക്കാൻ ഭാഗ്യം വേണം!

അയാളുടെ അച്ഛനുമമ്മയും തലനരച്ച് നല്ല പ്രായം ചെന്നവരാണ്. പത്തുവയസ്സിലേറെ മൂപ്പുള്ള ജ്യേഷ്ഠൻ പാലക്കാട് ഐ ടി ഐയിൽ മെക്കാനിക്കൽ എഞ്ചിനീയർ ഇൻസ്ട്രക്ടറാണ്. ആഴ്ചയിലൊരിക്കലേ വീട്ടിൽ വരൂ. അന്ന് എല്ലാവരുംകൂടി എ ആർ നഗറിലെ ഒരേയൊരു സിനിമാതിയേറ്ററായ സിനിസ്ക്രീനിൽ പോയി സിനിമ കാണും. മോഹൻലാലിന്റെ ഒരൊറ്റ പടവും വിടില്ല. ഏട്ടത്തിയമ്മയാണ് വീട്ടിലെ കാര്യങ്ങൾ നോക്കുക. സുധീർ സ്കൂളിൽ പഠിക്കുമ്പോഴാണ് ഏട്ടന്റെ വിവാഹം. അവിടെനിന്നങ്ങോട്ട് അമ്മയേക്കാൾ പ്രിയം സുധീറിന് ഏട്ടത്തിയമ്മയോടായി. ഏട്ടത്തിയമ്മയ്ക്ക് നന്ത്യാർവട്ടപുഷ്പത്തിന്റെ മണമാണത്രെ. അതുവെച്ച് കവിതയെഴുതി കലോത്സവത്തിൽ സമ്മാനം നേടിയിട്ടുണ്ടുപോലും. കവിതയുടെ പേർ 'മാതൃത്വത്തിന്റെ സുഗന്ധം!' ഒരേക്കറോളം വരുന്ന വിശാലമായ തെങ്ങിൻതോപ്പിലാണ് ഓടിട്ട ഇരുനിലയുള്ള സുധീറിന്റെ വീട്. തെങ്ങുകളിൽ പക്ഷികളിലെ നെയ്ത്തുകാരായ കുരിയാറ്റക്കിളികളുടെ കൂടുകളുണ്ട്. വടക്കുഭാഗത്ത് വലിയ കുളം. മരംകോച്ചുന്ന തണുപ്പുള്ള വെള്ളം. മുകളിലത്തെ നിലയിലാണ് സുധീറിന്റെ മുറി. അത് നിറയെ സാഹിത്യഗ്രന്ഥങ്ങൾ. ജാലകത്തിലൂടെ നോക്കിയാൽ വിദൂരമായ പാടശേഖരങ്ങളും കാർഷികവൃത്തികളും കാണാം. കാറ്റിൽ ചിലപ്പോൾ ചേറുമണം അനുഭവിക്കാം. ഗെയ്റ്റിന്റെ രണ്ടു തൂണുകളിലും സ്വർണ്ണവർണ്ണത്തിലുള്ള സിംഹത്തലകളുണ്ട്. സുധീർ പറഞ്ഞുതന്ന വീടിന്റെ അടയാളമാണത്. എ ആർ നഗറിൽ ഇത്തരമൊരു വീട് വേറെയില്ല. എന്നെങ്കിലും എ ആർ നഗറിൽ വരുന്നെങ്കിൽ ഈ അടയാളം വെച്ച് തിരക്കിയാൽ മതി. അങ്ങാടിയിൽ നിന്ന് അര കി മീ നടത്തം.

അരീക്കോട് ഐ ടി ഐയിൽ വെച്ചായിരുന്നു ഞങ്ങളുടെ പൊതുപരീക്ഷ. അത് കഴിഞ്ഞ് പിരിയുമ്പോൾ ശരിക്കും വിങ്ങി. സുധീർ തന്നതുപോലെ സൗഹൃദമോ, പരിഗണനയോ എനിക്കതുവരെ ആരും തന്നിട്ടില്ല. ഇനി.....! ഇടയ്ക്കൊക്കെ കത്തെഴുതണം. പരസ്പരം വിലാസം കുറിച്ചു. സുധീർ, വാരിയങ്ങാട്ടിൽ ഹൗസ്, എ ആർ നഗർ. പി ഒ, മലപ്പുറം ജില്ല.

കോഴ്സ് കഴിഞ്ഞ് സർട്ടിഫിക്കറ്റ് കിട്ടിയ ഉടൻ ഞാൻ എംപ്ലോയ്മെന്റ് ഓഫീസിൽ പേർ രജിസ്റ്റർചെയ്തു. ജോലിപരിചയം നേടാൻ വർക്ക്ഷോപ്പിൽ പോകാനും തുടങ്ങി. പോസ്റ്റ് കാർഡിൽ നിറയെ ചിത്രപ്പണികൾ ചെയ്ത്, മനോഹരമായ അക്ഷരത്തിൽ കാവ്യാത്മകമായ

സുധീറിന്റെ കത്തുകൾ ആഴ്ചയിൽ രണ്ടെണ്ണം വീതം വരും. ചിലതിൽ കവിത കുറിച്ചിട്ടുണ്ടാകും. അന്നും ഇന്നും എനിക്ക് ലോകത്ത് വെച്ചേറ്റവും മടിയുള്ള കാര്യം എഴുതുക എന്നതാണ്. മാസത്തിലൊരിക്കലോ, അതിൽ കൂടുതലോ ആകുമ്പോൾ കുറഞ്ഞ വരികളോടെ ഞാനൊരു മറുപടി അയക്കും. കത്തിന്റെ കാലംപോയി മൊബൈൽ ആയപ്പോൾ എഴുതുക എന്നപോലെ ഫോൺ വിളിയായി പ്രയാസകരമായ കാര്യം.

ഐ ടി ഐയിലെ ക്ലാസ് കഴിഞ്ഞ് ഏതാനും വർഷങ്ങൾ പിന്നിട്ടപ്പോൾ എന്റെ ജീവിതത്തിൽ പ്രധാന വഴിത്തിരിവായ ആ സംഭവമുണ്ടായി. അച്ഛന്റെ ആകസ്മിക വിയോഗം! വിവരമറിയിച്ചുകൊണ്ട് സുധീറിന് കത്തെഴുതി. കത്ത് കിട്ടിയതിന്റെ പിറ്റേന്നാൾ തന്നെ, അയാളിൽ നിന്നും ഏറെ അകലെയുള്ള കുഗ്രാമത്തിലെ എന്റെ വീട്ടിലേക്ക് ഒരുപാട് അലച്ചിലുകൾക്കും അന്വേഷണങ്ങൾക്കും ശേഷം സുധീർ വന്നെത്തി. അന്ന് എന്റെ പേര് പറഞ്ഞാൽ നാട്ടിലാരും അറിയുന്നില്ലല്ലോ എന്നയാൾ പരിഭവിച്ചത് സവിശേഷമായിന്നും ഓർമ്മിക്കുന്നു. അതായിരുന്നു അവസാനത്തെ കൂടിക്കാഴ്ച. കത്തെഴുത്ത് ക്രമേണ പൂർണ്ണമായി നിലച്ചു.

2

അതിൽപ്പിന്നെ രണ്ട് ദശാബ്ദത്തിലേറെ കാലം പോയ്മറഞ്ഞിരിക്കുന്നു. പരിവർത്തനങ്ങളുടെ ഒരു നീണ്ടകാലം. ജീവിതം കരുപിടിപ്പിക്കാൻ ശ്രമിച്ച വഴികളിലൂടെയൊന്നുമല്ല നീങ്ങിയത്. അനിവാര്യമായ നിയതിനിശ്ചയങ്ങൾ തട്ടിമാറ്റാൻ മനുഷ്യന് സാധിക്കില്ലല്ലോ.

എനിക്ക് നോവൽ സാഹിത്യപുരസ്കാരം കിട്ടിയപ്പോൾ നാട്ടിലും പുറത്തും ധാരാളം സ്വീകരണങ്ങളും ആദരിക്കൽ ചടങ്ങുകളും ഉണ്ടായി. ഇടതുപക്ഷ സാംസ്കാരിക സംഘടനയായ പു ക സയുടെ ഏരിയാകമ്മറ്റി മെമ്പറുമായിരുന്നു ഞാനപ്പോൾ. രണ്ടുദിവസങ്ങളിലായി പു ക സയുടെ ജില്ലാസമ്മേളനം നടക്കുന്നതും ആ സമയത്താണ്. ജില്ലാസമ്മേളനത്തിന്റെ രണ്ടാംദിനം എന്റെ വളരെ വേണ്ടപ്പെട്ട ഒരു ബന്ധുവിന്റെ വിവാഹമാണ്. അതുകൊണ്ട് ആദ്യദിനത്തിലെ പ്രതിനിധിസമ്മേളനത്തിൽ പങ്കുകൊള്ളാനേ സാധിക്കുമായിരുന്നുള്ളൂ. പ്രതിനിധിസമ്മേളനത്തിൽ കണ്ട നോട്ടീസിൽ, പിറ്റേന്ന് ആദരിക്കപ്പെടേണ്ട വ്യക്തിത്വങ്ങളുടെ കൂട്ടത്തിൽ എന്റെ പേരുമുണ്ട്. മുൻകൂട്ടി അറിയിച്ചിട്ടൊന്നുമില്ല. പ്രമുഖരായ വ്യക്തികളുടെ കൂട്ടത്തിൽ ഞാനും! അഭിമാനം തോന്നി. പക്ഷേ, എങ്ങനെ പങ്കുകൊള്ളും? ഉച്ചയ്ക്ക് 2.30 നാണ് ആദരിക്കൽ ചടങ്ങ്. പാലക്കാട് ജില്ലയിലെ കൂറ്റനാടുള്ള വിവാഹത്തിൽ സംബന്ധിച്ച് - വെറുതെ തലകാട്ടി പോരേണ്ട കല്യാണമേ അല്ല - മലപ്പുറം കൊണ്ടോട്ടിയിൽ 2.30 ന് എത്തുക പ്രയാസം തന്നെ.

പക്ഷേ, ചെല്ലാതിരിക്കുന്നത് ആദരിക്കാൻ തീരുമാനിച്ചവരെ അപ

മാനിക്കുന്നതിന് തുല്യവുമാണ്. മുമ്പൊരിക്കൽ എസ് എസ് എൽ സി ജേതാക്കളെ അനുമോദിക്കുന്ന ചടങ്ങ് എന്റെ ഗ്രാമത്തിലെ ഒരു ക്ലബ്ബ് നടത്തിയപ്പോൾ അതിൽ സംബന്ധിക്കാത്ത വിദ്യാർത്ഥികളെ ഞാൻ നിശിതമായി എതിർത്ത് സംസാരിച്ചത് എനിക്കോർമ്മ വന്നു. ആ നില പാടിനോട് നീതിപുലർത്തണം. പങ്കെടുക്കുക തന്നെ.

ബന്ധുവിന്റെ വിവാഹത്തിന് ഞാൻ വളരെ നേരത്തേ ചെന്നു. ശ്രമ ക്കാരനുമായി. 1.30 ന് ഞാനവരുടെ അനുവാദം വാങ്ങി പുറത്തിറങ്ങി. ജില്ലാസമ്മേളനത്തിന്റെ ആദ്യദിവസം എല്ലാവരുംകൂടി കാറ് വിളിച്ചാണ് പോയിരുന്നത്. ഇപ്പോൾ എനിക്ക് വേണ്ടിമാത്രം കൂറ്റനാടിൽനിന്ന് കൊണ്ടോട്ടി വരെ ഒരു വാഹനം വിളിക്കുക എന്ന സാമ്പത്തികസാഹസം വയ്യ! കൂറ്റനാടിൽനിന്നും കുറ്റിപ്പുറത്തെത്തി കോഴിക്കോട് ഫാസ്റ്റ്പാസ ഞ്ചറിൽ കക്കാടിറങ്ങി. അവിടെനിന്നും കൊണ്ടോട്ടിയിലേക്ക് ലോക്കൽ ബസ് പിടിച്ചു. അപ്പോഴേക്കും മൂന്നുമണി കഴിഞ്ഞു. ചടങ്ങ് തുടങ്ങാൻ എന്തായാലും കുറച്ച് വൈകുമെന്ന് അറിയാം. നമ്മളിതെത്ര കണ്ടിരി ക്കുന്നു! കക്കാടിൽനിന്നും കൊണ്ടോട്ടിയിലേക്കുള്ള ബസിലിരിക്കുമ്പോൾ ഞാൻ നിനച്ചിരിക്കാതെ വന്നുചേർന്ന എന്റെ നിയോഗങ്ങളെപ്പറ്റിയൊക്കെ ഗഹനമായി ചിന്തിച്ചു. അപരിചിതമായ നാട്ടുമ്പുറത്തുകൂടിയുള്ള ബസ് യാത്രകൾ ഹരമാണ്. അത് ഭൂതകാലത്തെ ഉണർത്തും. മനസ്സിനെ സർഗ്ഗാത്മകമാക്കും.

ഏതാണ്ട് പതിനഞ്ചോ, ഇരുപതോ മിനിറ്റ് കഴിഞ്ഞപ്പോൾ വാഹനം ഒരു സ്റ്റോപ്പിൽ നിന്നു. സ്റ്റോപ്പുകളിലെ സ്ഥലപ്പേര് ശ്രദ്ധിക്കുന്നത് എന്റെ സവിശേഷ ശീലമാണ്. ആ സ്ഥലപ്പേർ വായിച്ചതും ഗൃഹാതുരവും അനു ഭൂതിദായകവുമായ ഒരു പ്രഭ എന്നിൽ വിളങ്ങി. എ ആർ നഗർ! സുധീ റിന്റെ നാട്! ഉദ്വേഗവും സന്തോഷവും എന്നിൽ ത്രസിച്ചു. ബസ് പതുക്കെ സ്റ്റോപ്പിൽനിന്ന് മുന്നോട്ട് നീങ്ങുകയാണ്. ഇവിടെയിറങ്ങണോ?! ഈ നാടിനെ അനുഭവിക്കുകയും മണ്ണിനെ ചുംബിക്കുകയും വേണോ? ഇരു പത്തിരണ്ട് വർഷംമുമ്പ് മനസ്സിൽ പതിഞ്ഞതും സ്വപ്നം കണ്ടതുമായ ആ നാടിതാ യദൃച്ഛികയാ മുന്നിൽ. എന്തുചെയ്യണമെന്നറിയാതെ വിഷമ വൃത്തത്തിലായി. എ ആർ നഗറിൽ കിഴക്കു ഭാഗത്താണ് ഗെയ്റ്റിൽ സിംഹത്തലയുള്ള ആ വീടെന്ന് അറിയാം. സ്റ്റോപ്പിലിറങ്ങിയാൽ സ്നേഹ കാന്തിക തരംഗങ്ങൾ കൊണ്ടെന്നപോലെ ആരോടുമന്വേഷിക്കാതെ അവിടെ ചെന്നുകയറാൻ കഴിയുമെന്ന് തോന്നിപ്പോകുന്നു. നന്ത്യാർവട്ട പ്പൂവിന്റെ മണമുള്ള ഏട്ടത്തിയമ്മ, ജ്യേഷ്ഠൻ, അമ്മ.... അവരെയെല്ലാം ഒരു പുതുക്കക്കാരൻ എന്ന സങ്കോചമില്ലാതെ കൈകാര്യം ചെയ്യാൻ കഴി യുമെന്നും ഉറപ്പ്. സാധാരണ എന്റെ മനോനില അങ്ങനെയല്ലല്ലോ. എന്തോ ഇവിടെ സുധീറിന്റെ വീട്ടുകാരുടെ മുന്നിൽ സഭാകമ്പമോ, അപ രിചിതത്വമോ എനിക്കനുഭവപ്പെടുകയില്ല എന്നൊരു വിചാരം.

കൊണ്ടോട്ടിയിൽനിന്നും ചടങ്ങെല്ലാം കഴിഞ്ഞ് മടങ്ങി വീണ്ടും എ ആർ നഗറിൽ ബസെത്തിയപ്പോൾ സന്ധ്യ മയങ്ങിയിരുന്നു. അങ്ങാടി

യിലോ, വഴികളിലോ സുധീർ ഉണ്ടോ എന്ന് വ്യാമോഹത്തോടെ ഞാൻ ചുഴിഞ്ഞു.

മടക്കയാത്രയിലും വീട്ടിലെത്തിയപ്പോഴുമൊക്കെ സുധീർ മാത്രമായി എന്റെ ചിന്ത. സുധീർ ഇപ്പോൾ എന്ത് ചെയ്യുകയാവും. അയാൾ ഒരെഴുത്തുകാരനായി തീർന്നില്ലായെന്നുറപ്പാണ്. 'സുധീർ വാരിയങ്ങാട്ടിൽ' എന്ന പേരിൽ ഇന്നോളം എവിടെയും കവിത അച്ചടിച്ചത് കണ്ടിട്ടില്ല. അയാൾ എഴുതുന്നുണ്ടെങ്കിൽ എന്റെ കണ്ണിൽപ്പെടാതിരിക്കാൻ യാതൊരു നിർവ്വാഹവുമില്ല. ഇനി ഞാനൊരു എഴുത്തുകാരനായി എന്നത് അയാളറിഞ്ഞു കാണുമോ? പേരിനൊപ്പം സ്ഥലപ്പേരും ചേർത്താണ് എന്റെ തൂലികാനാമം. അഞ്ച് പുസ്തകങ്ങൾ ഇതുവരെ വന്നുകഴിഞ്ഞു. ചെറിയ പ്രസിദ്ധീകരണങ്ങളിലാണെങ്കിലും നിരവധി രചനകൾ ആനുകാലികങ്ങളിൽ വെളിച്ചം കണ്ടിട്ടുണ്ട്. ദൃശ്യ - ശ്രാവ്യ മാധ്യമങ്ങളിലും സാന്നിദ്ധ്യമറിയിച്ചിട്ടുണ്ട്. ഒരു സാധാരണ വായനക്കാരൻ ഇതൊന്നും അറിഞ്ഞെന്നു വരില്ല. കവിയാകാൻ അഭിലഷിക്കുന്ന ഒരാൾ സാധാരണ വായനക്കാരനാകില്ലല്ലോ. ഞാൻ ബ്ലോഗിലും ഫേസ്ബുക്കിലുമൊക്കെ സജീവമായപ്പോൾ സ്പെല്ലിങ് മാറ്റിയും മറിച്ചും സുധീർ വാരിയങ്ങാട്ടിൽ എന്ന് സെർച്ച് ചെയ്ത് നോക്കിയിരുന്നു. അത്ഭുതം! അങ്ങനെയൊരു ഐ ഡി ഒരിക്കലും പ്രത്യക്ഷപ്പെടുകയേയുണ്ടായില്ല.

പിറ്റേന്ന് പ്രഭാതത്തിലുണർന്നപ്പോഴും സുധീർ എന്റെ മനസ്സിൽ നിന്ന് മായാത്തതിനാൽ അയാൾക്ക് ഒരു കത്തെഴുതാൻ തീരുമാനിച്ചു. വിലാസം ഇപ്പോഴും ഹൃദിസ്ഥമാണ്. പതിവുപോലെ വാചകങ്ങൾ പിശുക്കി ഒരു കാർഡിൽ ആണെഴുതിയത്. എന്റെ ജോലിയും എഴുത്തുവിശേഷങ്ങളും കുറിച്ചു. മൊബൈൽ നമ്പറും വെച്ചു. വിളിക്കുക, എനിക്ക് കണ്ടേ തീരൂ. ഒന്നുകിൽ ഇങ്ങോട്ടു വരുക അല്ലെങ്കിൽ ഞാനങ്ങോട്ട്.

ജിജ്ഞാസ അടക്കാനായില്ല. ഇരുപത്തിരണ്ടു കൊല്ലങ്ങൾ സുധീറിൽ എന്തെല്ലാം മാറ്റങ്ങളായിരിക്കും ഉണ്ടാക്കിയിരിക്കുക? ഞാനന്നത്തേതിൽനിന്നും അമ്പേ മാറി. പഠിച്ചതല്ലെങ്കിലും വേറൊരു ജോലിയിൽ വ്യാപൃതനാണ്. സ്വന്തമായി വീട് വെച്ചു. എഴുത്തുകാരനായി. വിവാഹിതനായി. ഒരു മോളുണ്ട്. അല്പം തടിച്ചു, താടിവെച്ചു. പണ്ടത്തെ അന്തർമ്മുഖത്വം മാത്രം വിടാതെ ഇന്നും പിന്തുടരുന്നു. പക്ഷേ, തിരിച്ചറിവുണ്ട്. അതെന്റെ ജനുസ്സാണ്.

സുധീർ കത്തയക്കുകയായിരിക്കില്ല, മൊബൈലിൽ വിളിക്കാനാണ് സാദ്ധ്യത. കാലം മാറിയില്ലേ.

പിന്നീട് അപരിചിതമായ കോളുകൾ വരുമ്പോഴൊക്കെ അത് സുധീറാണെന്ന് ഞാൻ കരുതും. ഞാൻ കത്തയച്ച് ഒരാഴ്ച കഴിഞ്ഞപ്പോൾ വിളിവന്നു.

"പ്രദീപല്ലേ?"

"അതെ."

"എ ആർ നഗറിൽ നിന്നാണ്."

"ഓ! സുധീർ!?"

"അല്ല, ഞാൻ എ ആർ നഗറിലെ പോസ്റ്റ്മാനാണ്. നിങ്ങൾ സുധീർ വാരിയങ്ങാട്ടിൽ എന്ന വിലാസത്തിൽ ഒരു കത്തയച്ചിരുന്നില്ലേ?"

"ഉവ്വ്, എന്റെ സ്നേഹിതനാണ് സുധീർ."

"നിങ്ങൾ, സ്നേഹിതന്റെ വിശേഷങ്ങൾ ഒന്നും അറിയാറില്ലേ?"

"ഞാൻ കുറേ വർഷമായി ബന്ധപ്പെട്ടിട്ട്... പ്രത്യേകിച്ചെന്തെങ്കിലും?"

"സുഹൃത്തേ, സുധീർ മരിച്ചിട്ട് മൂന്ന് വർഷങ്ങൾ കഴിഞ്ഞു!"

തലകറങ്ങുന്നതുപോലെ എനിക്കനുഭവപ്പെട്ടു. സുധീർ മരിച്ചെന്ന്! പരേതനാണ് ഞാൻ കത്തയച്ചിരിക്കുന്നത്?!?!

മൗനം പോസ്റ്റ്മാൻ ഭഞ്ജിച്ചു:

"ഈ കത്ത് ഞാനയാളുടെ വീട്ടിലെത്തിക്കുന്നതിൽ അർത്ഥമില്ലല്ലോ?"

"വേണ്ട. എങ്ങനെയാണ് സുധീർ മരിച്ചത്?"

"അയാൾ ഫോറസ്റ്റിലായിരുന്നു. വയനാട്ടിൽനിന്നും നിലമ്പൂരിലേക്ക് മാറ്റം കിട്ടി വന്നതിന്റെ പിറ്റേന്ന് കാട് കാണാനിറങ്ങിയതായിരുന്നു. കാട്ടാന ചവിട്ടിക്കൊന്നു. പത്രത്തിലൊക്കെ വാർത്തയുണ്ടായിരുന്നു."

"സുധീർ വിവാഹിതനായിരുന്നോ?"

"ലേറ്റ് മാര്യേജ് ആയിരുന്നു. രണ്ട് പിഞ്ചു കുട്ടികളുണ്ട്."

"അറിയിച്ചതിന് നന്ദി."

ഫോൺ വെച്ചു.

ഞാൻ ആലോചിക്കുകയായിരുന്നു. കുളവും വിശാലമായ തൊടിയുമുള്ള വലിയ ആ വീട്, അമ്മയെപ്പോലൊരു ഏട്ടത്തിയമ്മ, ജ്യേഷ്ഠനും ഇഷ്ടംപോലെ സന്തുബന്ധുക്കളും. സുരക്ഷിതൻ.. പക്ഷേ, അല്പായുസ്സ്!

എത്രയോ കാലം സുധീറിനെപ്പോലെയാകാൻ ഞാൻ ആഗ്രഹിച്ചിരുന്നു. അതിനുവേണ്ടി പ്രാർത്ഥിച്ചു? അയാളുടെ സൗഭാഗ്യങ്ങളിൽ അഭിരമിച്ചു.....!

നിന്റെ ആത്മാവിന് നിത്യശാന്തി നേരുന്നു സുധീർ. ബാക്കിവെച്ച മധുരം നുണയാൻ ദീർഘായുസ്സുമായി ഇനി വീണ്ടും വരിക.

സ്വസ്തി!

ബൈക്കും ഒരാടും

KL10 R 8502 പാഷൻ പ്ലസ് ബൈക്ക്. 2004ലായിരുന്നു വാങ്ങിയത്. ഇയാൾ എന്റെ ജീവിതത്തിലേക്ക് കടന്നുവന്നിട്ടിപ്പോൾ 15 വർഷം. ഞാൻ കോൺട്രാക്ടർ വർക്കാരംഭിച്ചിട്ട് മൂന്നാം വർഷത്തിലായിരുന്നു ഏറെ കഷ്ടപ്പെട്ട് തവണ വ്യവസ്ഥയിൽ ഇവനെ സ്വന്തമാക്കിയത്. സ്പ്ലെന്ററായിരുന്നു അന്ന് താരം. പക്ഷേ, ഞാനെതിരെ ചിന്തിച്ചു. എന്റെ ഗ്രാമത്തിലും ഇവിടെ നിന്ന് 18 കി മീ ദൂരമുള്ള കരേക്കാടുമായിരുന്നു സൈറ്റുകൾ. ഒന്നും രണ്ടുമല്ല ഒരേ സമയം എട്ടും പത്തും സൈറ്റുകൾ. അവിടേക്കൊക്കെ തുരുതുരാ ഇവനെന്നേയും വഹിച്ച് പാഞ്ഞു. ഒരാപത്തിലും പെടുത്തിയില്ല. ഒരു കുറുമ്പും കാണിച്ചില്ല കഴിവതും മറ്റൊരാൾക്ക് കൈമാറാൻ ഞാൻ മടിച്ചു. മറ്റുള്ളവരുടെ വാഹനത്തിൽ ഞാനും അധികം കൈവെക്കാറില്ല. ഞാനിതെടുത്ത കാലത്ത് ഞങ്ങളുടെ ഗ്രാമത്തിൽ എല്ലാ വീടുകളിലും ബൈക്ക് സാധാരണമായിട്ടില്ല. അതിനാൽ പുതുപ്പെണ്ണിനെ കാണാൻ വരുന്നതുപോലെ അയൽക്കാർ വീട്ടിലേക്ക് വന്നിരുന്നു. അമ്മ ഞാനെന്തോ അരുതാത്തത് ചെയ്തപോലെ ചൊടിച്ചു. അഹങ്കാരം. മിനിറ്റിന് മിനിറ്റിന് ബസുള്ളപ്പോഴാണ്... അതും പുത്തൻ...

ഞാനിയാളെ വാങ്ങിയ കാലത്തും ശേഷവും എന്റെയിടത്ത് ബൈക്ക് വാങ്ങിയവർ അതുമാറ്റി മൂന്നാമത്തെയോ നാലാമത്തെയോ തലമുറയിലൂടെയാണിപ്പോ സഞ്ചാരം. ചിലർ ഫോർ വീലറിലേക്ക് പോയി. ഞാൻ മാത്രം മാറിയില്ല. പലരും ഉപദേശിച്ചു, ചിലർ കളിയാക്കി. മാറ്റി പുതിയൊരെണ്ണം വാങ്ങാനുള്ള സാമ്പത്തിക സ്ഥിതിയുണ്ടായിട്ടും എന്തോ എനിക്കതിന് കഴിഞ്ഞില്ല. എന്നെ സംബന്ധിച്ച് ഇതൊരു വെറും യന്ത്രമല്ല. എന്റെ സന്തോഷത്തിലും സന്താപത്തിലും കൂടെനിന്ന കൂട്ടുകാരൻ തന്നെ. അപ്പോൾ... എങ്ങനെ? പിരിയുക വയ്യ! ഇത്രകാലമായിട്ടും

എഞ്ചിൻ പണിയെടുത്തിട്ടില്ല എന്നതാണത്ഭുതം. മൈലേജ് ഷോർട്ട് സൂചിപ്പിക്കുമ്പോഴൊക്കെ മെക്കാനിക്ക് പറയും എഞ്ചിൻ പണിയായെന്ന്. എട്ടൊൻപത് വർഷമായി അയാളത് പറയാൻ തുടങ്ങിയിട്ട്. എഞ്ചിൻ പണി യെന്നാൽ ഹൃദയോപ്പറേഷനാണ്. നോവും. പിന്നെ പഴയ കണ്ടീഷൻ കിട്ടില്ലാന്നൊരു തോന്നൽ. മനുഷ്യരിലങ്ങനെയാണല്ലോ. അതു കൊണ്ടിങ്ങനെ തന്നെ പോട്ടെ. എന്റെയോ ഇവന്റെയോ അവസാനംവരെ ഞങ്ങൾ കൂട്ടായിരിക്കും. നാല് വർഷം മുമ്പ് മാറ്റി എൻഫീൽഡിലേക്ക് മാറാം എന്ന് ചിന്തിക്കുകയും വാങ്ങാൻ ഒരു നാട്ടുകാരൻ തയ്യാറാവു കയും ചെയ്തതാണ്. അന്നേരം എന്റെ കുട്ടിക്കാലത്ത് ഞങ്ങളെ പിരിഞ്ഞ കുഞ്ഞാടിനെ ഓർമ്മ വന്നു. കുഞ്ഞ ഞങ്ങളുടെ വീട്ടിലെ അരുമയാ യാടായിരുന്നു. പത്തോ, പതിനഞ്ചോ പെറ്റു. കൊമ്പുകൾ മൊരുത്തു, കുളമ്പുകൾ തേഞ്ഞു. ഇനി പ്രസവിക്കില്ല യാതൊരുപകരാവുമില്ല എന്നാലോ തീറ്റക്കൊരു കുറവുമില്ല. ബാദ്ധ്യത തീർക്കാം. അമ്മ അറ വുകാരന് വില്ക്കാൻ തീരുമാനിച്ചു. ഞാനമ്മയെ വിലക്കി, കയർത്തു: ഇതു ശരിയല്ല, നന്ദികേടാണ്. കുഞ്ഞ ഇവിടെ കിടന്ന് തീരട്ടെ. അവളെ ത്ര പാൽ തന്നു. അവളുടെ എത്ര മക്കളെ വിറ്റ് കാശാക്കി. അമ്മയീ അണിഞ്ഞിരിക്കുന്ന മണിമാല എങ്ങനെയുണ്ടായി?

അമ്മ സമ്മതിച്ചില്ല. ഞാൻ വീണ്ടും വീണ്ടും തർക്കിച്ചു. പ്രയോജ നമുണ്ടായില്ല. അമ്മ സ്വന്തം ഇംഗിതം നടപ്പാക്കി. അന്ന് എന്നെ ഏറ്റവും അത്ഭുതപ്പെടുത്തിയതും കരയിച്ചതുമായ സംഗതി 'ഉണക്കപ്പന' എന്ന വിളിപ്പേരുള്ള അറവുകാരൻ വന്നപ്പോൾ യാതൊരു പ്രതിഷേധവും കൂടാതെ അയാളോടൊപ്പമുള്ള കുഞ്ഞയുടെ പോക്കായിരുന്നു. സാധാ രണ ആടുകളെ കച്ചവടക്കാർ വലിച്ചിഴച്ചാണ് കൊണ്ടുപോകാറ്. ഇത് അയാൾ കയർ പിടിച്ചപ്പോഴേ അനുസരണയോടെ തിരിഞ്ഞുനോക്കുക പോലും ചെയ്യാതെ കുഞ്ഞാട് പോയി. അപ്പോൾ അമ്മയും കരയുന്നതു കണ്ടു. ഒരാഴ്ച കഴിഞ്ഞ് അറവുകാരൻ വീണ്ടും വന്ന് ഒരു കാര്യം അറി യിച്ചു. വെള്ളിയാഴ്ച അറുക്കാൻ വെച്ചതായിരുന്നത്രെ കുഞ്ഞയെ. പക്ഷേ, കൊണ്ടുപോയതിന്റെ രണ്ടാം ദിനം കൂട്ടിൽ ആട് ചത്തുകിട ക്കുന്നു. ആരുടെയോ കാര്യമായ മനപ്രാക്കേറ്റതാണ്. ഭയങ്കര നഷ്ടമായി പ്പോയി.

അതുപോലെ എന്റെയീ പ്രിയപ്പെട്ട ബൈക്കും ചിലപ്പോൾ വേറൊ രാൾക്ക് ഉപകാരപ്പെട്ടേക്കില്ല. പ്രിയപ്പെട്ട കൂട്ടുകാരാ, നീയുള്ളിടത്തോളം ഞാൻ മറ്റൊരു വാഹനത്തെപ്പറ്റി ചിന്തിക്കുകയേയില്ല. അതുപോലെ നീയുമെന്നോട് നീതി പുലർത്തണം. അഥവാ ഞാനാണാദ്യം മരിക്കു ന്നതെങ്കിൽ മറ്റൊരാൾക്ക് വിധേയപ്പെടാതെ ഒരിക്കലും സ്റ്റാർട്ടാകാതെ സ്വയം അവസാനിക്കണം; കുഞ്ഞാടിനെപ്പോലെ!

കുട്ടപ്പേട്ടൻ എന്ന മനുഷ്യൻ

"സഹായമനസ്കതയുള്ള ആളല്ലേ, ഒരു പാവപ്പെട്ടവന്റെ വീട് വാർത്തുകൊടുക്കാമ്പറ്റ്വോ കോൺട്രാക്ടറെ?"

ഗോവിന്ദ ഹോട്ടലിലെ പ്രസിദ്ധമായ മസാലദോശയും കാപ്പിയും കഴിച്ചിറങ്ങുമ്പോൾ പഴയ ലോഹ്യക്കാരൻ മണികണ്ഠനാശാരി എന്നോട് ചോദിച്ചു.

"ആരാണീ പാവപ്പെട്ടയാൾ?"

"നാഗപ്പറമ്പിലുള്ള എന്റെയൊരു ബന്ധുവാ, കുട്ടപ്പേട്ടൻ. പ്രാരാബ്ധക്കാരനാ. ആറ് പെങ്ങന്മാരെ കെട്ടിച്ചയച്ച് ഒന്ന് സ്വസ്ഥായി വന്നതാ. ഇപ്പോദാ മൂപ്പരുടെ മൂത്ത പെങ്കൊച്ചിന് കല്ല്യാണപ്രായായി. ചെലരങ്ങനാ ജീവിതകാലം മുഴുവൻ നടുനിവർത്താമ്പറ്റാതെ. താഴെ ഒപ്പത്തിനൊപ്പം എന്നു പറഞ്ഞമാതിരി ഒരുത്തി കൂടിയുണ്ട്. "

എന്റെ നാട്ടിൽനിന്നും കുറേ ദൂരെയാണെങ്കിലും നാഗപ്പറമ്പ് എനിക്കിഷ്ടപ്പെട്ട ഗ്രാമമാണ്. പുഴയ്ക്കും റെയിലിനും സമാന്തരമായി കുറേ ബൈക്കോടിച്ച് ഒരു റെയിൽക്രോസ് കടന്ന് പോണം. എന്തുകൊണ്ടോ ഒറ്റപ്പെട്ട തുരുത്തുപോലെയുള്ളിടത്തെ റെയിൽവേക്രോസ് എനിക്ക് രസകരമായ അനുഭവമാണ്. അവിടങ്ങളിൽ ചൂളംകുത്തി തീവണ്ടി പോകുന്നതും കാത്ത് കെട്ടിക്കിടക്കുക. ആ ഇടവേളകളിൽ നാടൻ ചായപ്പീടികയിൽ കയറി ചായയും പൊരിക്കടികളും കഴിക്കുക.

"എന്താ ആലോചിക്കണെ, പറ്റ്വോ ഇല്ലയോയെന്നു പറ. പാവപ്പെട്ടവരായതുകൊണ്ടും, ലോൺ തുകകൊണ്ടുള്ള കുഞ്ഞൻവീടായതുകൊണ്ടും കരാറുകാരാർക്കും താല്പര്യമില്ല. വന്നവരാണെങ്കിൽ വായിൽ കൊള്ളാത്ത തുകയാണ് പറയണത്. പടവ് ഉയരം തീർന്നുകിടക്കുകയാണ്. വാർപ്പിന് വേണ്ട മെറ്റീരിയൽസ് ഇറക്കിത്തരാം. കൂലിച്ചെലവും,

നിങ്ങളുടെ മുട്ടും പലകയ്ക്കുമുള്ള ചെറിയൊരു വാടകയും പറഞ്ഞാ അതൊരു വല്യ സഹായായിരിക്കും. വാർപ്പ് കഴിച്ച് വാതിൽപ്പൊളിയും വെച്ച് പുതിയ വീട്ടിൽ കല്യാണം നടത്തണംന്നാ മൂപ്പർക്ക്. "

റംസാൻ നോമ്പു സീസണായതുകൊണ്ട് പണിത്തിരക്കൊന്നുമുണ്ടായിരുന്നില്ല. അതുകൊണ്ട് പറഞ്ഞു:

"ഞാൻ ചെയ്യാം. എത്ര ഏരിയയുണ്ട്.?"

"650 സ്ക്വയർഫീറ്റ്."

"വല്ല റേറ്റും ആരെങ്കിലും പറഞ്ഞോ?"

"വാർപ്പിന്റെ ലേബർചാർജ്മാത്രം ഒന്നരലക്ഷവും രണ്ടുലക്ഷവും പറഞ്ഞവരുണ്ട്. പണക്കാർക്കിവന്മാർ ചീപ്പ് റേറ്റിന് ചെയ്തുകൊടുക്കുകയും ചെയ്യും."

മണികണ്ഠനാശാരി പറഞ്ഞത് ശരിയാണ്. കരാറുകാർക്കിടയിലെ ഒരു പൊതു പ്രവണതയാണിത്. ദരിദ്രന്റെ കരാർ ആർക്കുംവേണ്ട.

ഞാനും മണികണ്ഠനാശാരിയും കൂടി അപ്പോൾത്തന്നെ നാഗപ്പറമ്പിലേക്ക് തിരിച്ചു.

വരാമെന്ന് പ്രതീക്ഷിച്ച് ദീർഘകാലം കാത്തിരുന്ന ഒരാളെ കാണുന്നതുപോലെയായിരുന്നു ആ കുടുംബം എന്നോട് പെരുമാറിയത്. ഞാനോർത്തു, ചിലരങ്ങനെയാണ്. അപരിചിതരോടുപോലും... കൂടുതൽ വഞ്ചിക്കപ്പെടാറും ഇത്തരക്കാരാണ്. കുട്ടപ്പേട്ടനും ഭാര്യ രാധേച്ചിയും സ്വന്തബന്ധത്തിലുള്ള ആൾക്കാരെപ്പോലെ എനിക്കും തോന്നി. ഒരു ജ്യേഷ്ഠനോടെന്നപോലെയായിരുന്നു വിവാഹനിശ്ചയം കഴിഞ്ഞ അവരുടെ മൂത്തമകൾ ധന്യയും ഇടപെട്ടത്. ധന്യ കറുത്തിട്ടാണ്. എന്നാലും കാണാൻ ചന്തമുണ്ട്. അവർ താമസിക്കുന്ന കാലപ്പഴക്കംകൊണ്ട് ദ്രവിച്ച ഓടിട്ട വീടിനോട് ചേർന്നു തന്നെയായിരുന്നു പുതിയ വീടിന്റെയും തറ.

മെയിൻറോഡിൽനിന്നും അവരുടെ വീട്ടിലേക്ക് തിരിയുന്നിടത്ത് ഒരു അയ്യപ്പക്ഷേത്രം. വലിയൊരാൽമരം, തണൽ, പഴയരീതിയിലുള്ള ഒരു പലചരക്കുകട, അതിന് മുകളിൽ ഗ്രാമീണവായനശാല. എവിടെയൊക്കെയോ കണ്ടുമറന്നതുപോലൊരു അനുഭവം എന്നിലുണ്ടായി. അല്ല, അതെന്റെ സങ്കല്പമായിരുന്നു; വരണ്ട സാംസ്കാരികതയിൽ ജീവിക്കുന്ന ഞാൻ അബോധമായി മെനഞ്ഞ സ്വപ്നലോകം.

"ഇത്രദൂരം വന്ന് ഞങ്ങളെ സഹായിക്കുന്ന മോന് നഷ്ടം വരരുത്. എത്രയാ വേണ്ടതെച്ചാ മോൻ പറഞ്ഞോ?"

കുട്ടപ്പേട്ടൻ നിഷ്കളങ്കവും സത്യസന്ധവുമായത് പറഞ്ഞപ്പോൾ അതേ മനോഭാവം തിരിച്ചുകൊടുക്കാതിരിക്കാനെനിക്ക് കഴിഞ്ഞില്ല.

"ഈ വീടിന് കൂലിച്ചെലവും വണ്ടിവാടകയും കൂടി അറുപതിനായിരം രൂപയാകും. എനിക്കൊരു പതിനയ്യായിരം രൂപയും. അങ്ങനെ എഴുപത്തയ്യായിരം രൂപ മതിയാകും."

കുട്ടപ്പേട്ടനും രാധേച്ചിയും പരസ്പരം നോക്കി. ഒന്നും രണ്ടും ലക്ഷം കരാർതുക പറഞ്ഞിടത്തിതാ ഒരാൾ എഴുപത്തയ്യായിരം രൂപയ്ക്ക്...! നന്ദി

യോടെ അവർ മണികണ്ഠനാശാരിയേയും നോക്കി.

"മൊതലാകുമോ?" കുട്ടപ്പേട്ടൻ സംശയിച്ചു.

ഞാൻ ചിരിച്ചു:

"മുതലായില്ലെങ്കിൽ കുട്ടപ്പേട്ടനോട് പറയാമല്ലോ."

"ആയ്ക്കോട്ടെ."

രാധേച്ചി അപ്പോഴേക്കും ചായയുമായി വന്നു. ഞാനവിടെ നിന്ന് തിരിക്കുമ്പോൾ ധന്യ കോളേജ് മാഗസിനിൽ അവളെഴുതിയ ഒരു കവിത എന്നെ ചൊല്ലിക്കേൾപ്പിക്കാൻ പാകത്തിൽ അടുപ്പം ഞങ്ങൾക്കിടയിൽ വളർന്നിട്ടുണ്ടായിരുന്നു. മുതിർന്ന ഒരു പെൺകുട്ടി ആദ്യമായിട്ടായിരുന്നു ഒരു സുഹൃത്തിനെപ്പോലെയോ സഹോദരനെപ്പോലെയോ എന്നോട് പെരുമാറുന്നത്.

മടങ്ങുമ്പോൾ ഇത്രയും നിഷ്കളങ്കരായ മനുഷ്യരൊക്കെ ഇപ്പോഴുമുണ്ടല്ലോ എന്ന് ഞാൻ മണികണ്ഠനാശാരിയോട് സന്ദേഹിച്ചു. ഞാനല്ല, ലാഭം മാത്രം കാംക്ഷിക്കുന്ന ആരെങ്കിലുമാണിവരുടെ വർക്കെടുക്കുന്നതെങ്കിൽ അവരെ സുഖമായി പറ്റിച്ചേനെ.

മണികണ്ഠനാശാരി എന്റെ തോളിൽ തട്ടി:

"നീ നിന്റെ അച്ഛനെപ്പോലെ തന്നെ. പക്ഷേ, ഒരു വ്യത്യാസമുണ്ട്."

"എന്താണത്?"

"മനസ്സലിവിനൊപ്പം നിനക്ക് പ്രായോഗികതയുമുണ്ട്. അച്ഛനതില്ലായിരുന്നു. അതുകൊണ്ടാണ് കടംകേറി ... ഒടുവിൽ ....."

"അച്ഛൻ കോൺട്രാക്ട് വർക്ക് തുടങ്ങിയപ്പോൾ ആദ്യമായൊരു വർക്ക് തരപ്പെടുത്തിക്കൊടുത്തത് മണിയേട്ടനാണെന്ന് കേട്ടിട്ടുണ്ട്."

"ഇതൊക്കെയെങ്ങനെ അറിഞ്ഞു. അന്ന് നീ കുട്ടിയല്ലേ?"

"അതെവിടെയായിരുന്നു ആ വർക്ക്. എനിക്കവിടെ ഒന്ന് പോകണമെന്നുണ്ട്."

മണികണ്ഠനാശാരി ചിരിച്ചു:

"എന്തിന്?"

"അതൊക്കെയുണ്ട്. സ്ഥലം പറയൂ."

"കൂടല്ലൂർ."

"നമ്മുടെ എം ടി സാറിന്റെ?"

"അതെ. അദ്ദേഹത്തിന്റെ വീടിനടുത്തു തന്നെ."

2

വർക്ക് തുടങ്ങി.

ഞാനും വേഷം മാറി പണിക്കാരോടൊപ്പം ജോലി ചെയ്യുന്നതു കണ്ടപ്പോൾ കുട്ടപ്പേട്ടനും രാധേച്ചിക്കും വിഷമം:

"മോനെപ്പോലൊരാൾ ഞങ്ങളെപ്പോലുള്ളവരുടെ വീടുപണിക്ക്....

ഒന്നൂല്യങ്കി മോനൊരു നായരല്ലേ?"

"ഇങ്ങനെ നിങ്ങൾ സഹതപിക്കുന്നതാണെന്റെ വിഷമം. എനിക്കിതൊരു കൈത്തൊഴിലാണ്." ഞാൻ പ്രതിവചിച്ചു.

രണ്ടാം ദിവസം തന്നെ ലിന്റൽ വാർത്തു. വളരെ ചെറിയൊരു വാർപ്പ്. വാർപ്പിന് ഞങ്ങൾ ചെല്ലുമ്പോഴേ രാധേച്ചി ഒരു നാടൻ കോഴിയെ അറുത്ത് കഷണിക്കുന്നതാണ് കണ്ടത്. വാർപ്പിന്റെ സ്പെഷ്യലാണെന്ന് ഞാനുറപ്പിച്ചു. ഈ കുഞ്ഞുവാർപ്പിന് ചിക്കനൊക്കെയെന്തിനായെന്ന് കുട്ടപ്പേട്ടനോട് ഞാൻ പരിഭവിക്കുകയും ചെയ്തു. അതൊക്കെ അതിന്റെ മാമൂല് പോലെ നടക്കട്ടെ എന്നായി കുട്ടപ്പേട്ടൻ.

പത്തുമണിയുടെ ചായയ്ക്ക് പൊറോട്ടയും കോഴിക്കറിയും കഴിച്ചപ്പോഴാണ് രാധേച്ചിയുടെ കൈപ്പുണ്യം ശരിക്കുമറിഞ്ഞത്. എന്റെ സ്വാദോർമ്മ കുറേ പിന്നോട്ട് പാഞ്ഞു. പത്തുമുപ്പത് വർഷങ്ങൾക്ക് മുമ്പ് തറവാട്ടിൽ ഗുളികനും രക്ഷസ്സിനും കർമ്മംകൊടുക്കൽ ചടങ്ങിന് ബലി നല്കിയ കോഴിയെ കറിവെച്ച അതേ സ്വാദ്. കാലാന്തരത്തിൽ വീട്ടിൽ മിക്സിയും ഗ്രൈന്ററും പാക്കറ്റ് പൊടികളും വന്നു. നാടൻകോഴിയുടെ സ്ഥാനത്ത് ബ്രോയിലർകോഴിയും. ഈ ദരിദ്ര വീട്ടിൽ അരവുസാമഗ്രികളും പൊടിയന്ത്രങ്ങളുമില്ല. പുലർച്ചെ അഞ്ചുമണിക്കെഴുന്നേറ്റ് ആ അച്ഛനും അമ്മയും മക്കളും ജോലി തുടങ്ങിയത്രേ!

വാർപ്പു കഴിഞ്ഞ് മടങ്ങുമ്പോഴുണ്ട് ഹിന്ദിക്കാരൻ മേസ്തിരിക്ക് കുട്ടപ്പേട്ടൻ ചായപ്പൈസ കൊടുക്കുന്നു. ഞാനിടപെട്ട് അത് വിലക്കി. ആവശ്യത്തിന് കൂലി ഞാൻ കൊടുക്കുന്നുണ്ട്. ഇന്ന് വലിയ പണക്കാർപോലും ഇത്തരം കാര്യങ്ങൾ ചെയ്യാറില്ല. ഇനിയും രണ്ടു വാർപ്പുകൂടിയുണ്ട്. അപ്പോഴും ഇതൊന്നും അരുത്.

വലിയൊരു പുണ്യപ്രവൃത്തി ചെയ്തുപോകുന്നതുപോലെ ആ കുടുംബം ഞങ്ങളെ യാത്രയാക്കി. ഞാൻ കോഴിക്കറിയുടെ രുചിയെ കുറിച്ച് പറഞ്ഞതുകൊണ്ടോ എന്തോ പൊറോട്ടയും കറിയും ഒരു പാക്കറ്റിലാക്കി രാധേച്ചി എന്നിൽ പിടിപ്പിച്ചു. ഭാര്യക്കും മോൾക്കും ഉള്ളതാ. അവരെ കൂട്ടി ഒരീസം വരുകയും വേണം.

ഞാൻ ചിന്തിച്ചതിതാണ്. സവിശേഷമായ ഈ മനോഭാവം കൊണ്ടിവർ ദാരിദ്ര്യത്തിൽനിന്ന് വീണ്ടും ദാരിദ്ര്യത്തിലേക്ക് പോകുകയല്ലേ ഉണ്ടാവുക. ഇവരെ ഒരുപാട് പേർ ചൂഷണം ചെയ്തിരിക്കും, പറ്റിച്ചിരിക്കും. ചാഞ്ഞമരത്തിലേക്ക് ഓടിക്കയറാനാർക്കും കഴിയുമല്ലോ. ഇവർക്ക് നല്ലതു വരട്ടെ. ധന്യക്ക് കിട്ടുന്ന ഭർത്താവ് സ്വഭാവമഹിമയുള്ളയാളാകട്ടെ, ഈ കുടുംബത്തിനയാൾ താങ്ങും തണലുമാകട്ടെ.

ഒരാഴ്ചയ്ക്കുള്ളിൽ സൺഷേഡ് വാർപ്പും കഴിഞ്ഞു. അതോടെ അവരുടെ നീക്കിയിരുപ്പ് മുഴുവൻ കഴിഞ്ഞെന്ന് എനിക്ക് മനസ്സിലായി. ഒരു തമിഴനിൽനിന്ന് പലിശയ്ക്ക് തുക വാങ്ങിയായിരുന്നു അന്ന് കുട്ടപ്പേട്ടൻ എനിക്ക് പണം തന്നത്. ചെലവ് ചുരുക്കുന്നതിന്റെ ഭാഗമായി മുൻഭാഗത്ത് മാത്രമേ ചരിഞ്ഞ സൺഷേഡ് കൊടുത്തിരുന്നുള്ളൂ.

നോമ്പുസീസൺ കഴിഞ്ഞുപോയി. എനിക്ക് പണിത്തിരക്കായി. ബ്ലോക്കിൽനിന്നും ധനസഹായമായി പാസായ തുകയിനി മെയിൻസ്ലാബ് പലകയടിക്കാൻ തുടങ്ങിയാലേ കിട്ടൂ എന്നറിയിച്ച് കുട്ടപ്പേട്ടൻ രണ്ടുതവണ വിളിച്ചു. വൈകിയാൽ മുടങ്ങിപ്പോകാനും സാദ്ധ്യതയുണ്ട്. ഈ പാവങ്ങളെ ബുദ്ധിമുട്ടിക്കുന്നതും ശരിയല്ല. പിറ്റേന്ന് പണിക്കാരെ വിടാനുള്ള ഏർപ്പാടുകൾ ചെയ്തു. നാളെ മോളുടെ പിറന്നാളാണ്. പിറന്നാൾദിനം ഗുരുവായൂരമ്പലത്തിൽ പോയി തൊഴണമെന്ന് മുമ്പേ നിശ്ചയിച്ചതായിരുന്നു. ഞാൻ ക്ഷേത്രങ്ങളിൽ പതിവായി പോകാറുള്ള ആളല്ല. കുറഞ്ഞത് അഞ്ചുവർഷമെങ്കിലുമായിക്കാണും ഗുരുവായൂരിൽ പോയിട്ട്. ഈശ്വരചിന്തയില്ലായെന്ന് പറഞ്ഞ് ഭാര്യ ഇടയ്ക്കിടെ കെറുവിക്കും.

അങ്ങനെ ഭാര്യയുടെ നിരന്തരമായ നിർബ്ബന്ധത്തിനും സമ്മർദ്ദത്തിനും വഴങ്ങി ഞാനും കുടുംബവും ഗുരുവായൂരിലേക്ക് പോയി. നേരം വൈകിയില്ലെങ്കിൽ മടങ്ങുമ്പോൾ അവരേയുംകൊണ്ട് നാഗപ്പറമ്പിൽ പോകണം എന്നൊരു ആലോചനയും എന്നിലുണ്ട്. ഇതിനകം മൂന്നോ നാലോ വട്ടം കുട്ടപ്പേട്ടനും രാധേച്ചിയും ക്ഷണിച്ചുകഴിഞ്ഞിരിക്കുന്നു. എവിടെയെങ്കിലും വിരുന്നുകാരായി ചെല്ലുക എന്നുവെച്ചാൽ ഭാര്യക്കും മോൾക്കും പെരുത്തിഷ്ടമാണ്.

ഗുരുവായൂരിൽ നല്ല തിരക്കുള്ള ദിവസമായിരുന്നു. പ്രാർത്ഥനയും വഴിപാടുകളും കഴിഞ്ഞ് പുറത്തേക്കിറങ്ങിയപ്പോൾ പന്ത്രണ്ട് മണി കഴിഞ്ഞു. ക്ഷേത്രത്തിൽതന്നെ ഉച്ചഭക്ഷണമുണ്ട്. പക്ഷേ, ദീർഘസമയം വരിനില്ക്കണം. ഭാര്യയും മോളും തയ്യാർ. എന്നാൽ എനിക്കതിനുള്ള ക്ഷമയില്ല. പുറത്തെ ഹോട്ടലിൽ നിന്ന് സ്പെഷ്യലൂൺ കഴിക്കാമെന്നായി ഞാൻ. ക്ലോക്ക്റൂമിൽ പോയി ചെരിപ്പും മൊബൈലുമെടുത്തു. ഫോൺ പരിശോധിച്ചപ്പോൾ 78 മിസ്ഡ് കോളുകൾ വന്നുകിടക്കുന്നു. ഭൂരിഭാഗവും കുട്ടപ്പേട്ടന്റെയും മണികണ്ഠനാശാരിയുടെയും എന്റെ പണിക്കാരുടേതുമാണ്. ഇങ്ങനെ വിളിക്കാൻ മാത്രം എന്താണ്? അസമാധാനം എന്നെ ചൂഴ്ന്നു.

ആദ്യം പ്രധാന പണിക്കാരനെയാണ് ഞാൻ തിരിച്ചു വിളിച്ചത്.

“എന്തുപറ്റി എന്താണുണ്ടായത്?” ഞാൻ പരിഭ്രാന്തനായി.

“പലക പൊളിക്കാൻ മുട്ടു തട്ടിയപ്പോൾ കുട്ടപ്പേട്ടന്റെ സൺഷേഡ് അടർന്നുവീണു. നമ്മുടെ കുഞ്ഞാപ്പു അതിനടിയിൽ പെട്ടു. ഞാനിപ്പോ ഹോസ്പിറ്റലിലാ.”

“ഈശ്വരാ.... കുഞ്ഞാപ്പുവിനെന്തെങ്കിലും?”

“കാലിനാണ് കേട്. ഒരു കാലമ്പേ ചതഞ്ഞരഞ്ഞുപോയി. ഇം എം എസ് ഹോസ്പിറ്റലിലാണ്. വേഗം വരൂ....”

ഒരു നിലവിളിയപ്പോൾ ഫോണിലൂടെ ഞാൻ കേട്ടു. ആ ശബ്ദം വേഗമെനിക്ക് മനസ്സിലായി. കുഞ്ഞാപ്പുവിന്റെ ഉമ്മ. അതുകാരണത്താലായിരിക്കണം മറുതലയ്ക്കൽ ഫോൺ കട്ടാക്കി.

ഞാൻ തളർന്ന് അസ്ഥാനത്തൊരിടത്തിരുന്നു. ഭാര്യയും മോളും

അന്ധാളിച്ചു:

"എന്തുപറ്റി?"

"എനിക്കുടനെ സൈറ്റിൽ പോകണം."

"ഭക്ഷണം കഴിച്ചിട്ട് പോകാം. എന്നും തിരക്ക്, മോളുടെ പിറന്നാൾദിനമെങ്കിലും."

ഞാൻ പോക്കറ്റിൽനിന്നും രൂപയെടുത്ത് ഭാര്യയുടെ നേർക്ക് നീട്ടി:

"നിങ്ങൾ സദ്യ കഴിച്ച് സാവധാനം വരൂ. എനിക്ക് പോയേ പറ്റൂ."

കാര്യത്തിന്റെ ഗൗരവം ഭാര്യക്കും മോൾക്കും പിടികിട്ടി:

"എന്താണ് പ്രശ്നം?"

"ദൈവത്തിന് ഞാനിവിടെ വരുന്നത് ഇഷ്ടമില്ല. നീയോർക്കുന്നുണ്ടോ കഴിഞ്ഞ തവണ ഞാനിവിടെവന്ന അന്നാണ് അച്ഛമ്മ മരിച്ചത്. ഇപ്പോ........"

"ഇപ്പോൾ?"

"രണ്ടു ദുരന്തം. കുട്ടപ്പേട്ടന്റെ വാർപ്പ് പൊളിഞ്ഞുവീണു. കാല് മുറിഞ്ഞ് കുഞ്ഞാപ്പു ആശുപത്രീല്. എനിക്കാണ് ഇത് രണ്ടും പറ്റിയതെങ്കി ഞാനിത്ര വിഷമിക്കില്ല."

കെ എസ് ആർ ടി സി ബസ്സ്റ്റാന്റിൽ ചെന്നയുടനെ ബസ് കിട്ടി. ലോങ്സീറ്റിൽ ജനാലയിലേക്ക് ചാഞ്ഞ് ഞാൻ വക്രിച്ചിരുന്നു. നേരമ്പോലെയിരിക്കാൻ എനിക്ക് കഴിഞ്ഞില്ല. അസ്വസ്ഥത. കരാർജോലി തുടങ്ങി ആദ്യമായിട്ടാണിങ്ങനെയൊരു സംഭവം. പത്രങ്ങളിലൂടെയും മറ്റും വാർപ്പ് പൊളിഞ്ഞു ചാടിയ വാർത്തകൾ അറിയുമ്പോൾ നിഗൂഢമായാശ്വസിക്കും. എനിക്കിതു വന്നില്ലല്ലോ! ഒരു വശത്തു മാത്രം സൺഷേഡ് കൊടുക്കുമ്പോൾ മെയിൻസ്ലാബ് വാർത്തതിന് ശേഷമേ സൺഷേഡ് പൊളിക്കാവൂ. അല്ലാത്തപക്ഷം വളരെ ജാഗ്രതയോടെ ബാലൻസ് ചെയ്തൂരിയെടുക്കണം. നാല് വശത്തും കൂട്ടിപ്പിടുത്തം ഉള്ളപോലെയല്ല ഒറ്റയ്ക്ക് നില്ക്കുന്നത്. തനിച്ചു നില്ക്കുമ്പോൾ സമൂഹബന്ധമില്ലാത്ത മനുഷ്യരെപ്പോലെ തന്നെ കോൺക്രീറ്റും ദുർബ്ബലമാണ്. എല്ലാം കൃത്യമായറിയാവുന്നതാണ്. ഇത്തരം സന്ദർഭങ്ങളിൽ പൊളിക്കുമ്പോൾ പണിക്കാരുടെ ഒപ്പം നില്ക്കാറുമുണ്ട്. അല്ലെങ്കിൽ എളുപ്പപ്പണിക്ക് അവർ മുളയെല്ലാം ഊരി സൺഷേഡിന് മേൽ കേറി നിന്ന് കുത്തിച്ചാടിക്കും. അങ്ങനെയാണ് അപകടം സംഭവിക്കാറ്. പക്ഷേ, ഇക്കുറി സൂക്ഷിക്കണമെന്ന് മുന്നറിയിപ്പു കൊടുക്കാൻ പോലും മറന്നുപോയി.

എന്താണിങ്ങനെയൊക്കെ?

സുമനസ്സുകൾക്ക് വീണ്ടും വീണ്ടും ദുരിതം കൊടുക്കുകയും പരീക്ഷിക്കപ്പെടുകയും ചെയ്യുന്നതെന്തുകൊണ്ട്? അന്ധനാണോ ദൈവം! ചുറ്റും തിന്മകൾ ചിരിക്കുമ്പോൾ....

എങ്ങനെയാണ് ഞാനിതിന് പ്രായശ്ചിത്തം ചെയ്യുക!

മൊബൈൽ അടിക്കുന്നു. ഈശ്വരാ... കുട്ടപ്പേട്ടനാണ്. എന്തുചെയ്യണമെന്നറിയാതെ ഞാൻ കുറച്ചുനേരം നിന്നു. പിന്നെ വിപദിധൈര്യത്തി

ലെന്നോണം ഫോണെടുത്തു:

"ക്ഷമിക്കണം, ഞാൻ ഗുരുവായൂരിലായിരുന്നു കുട്ടപ്പേട്ടാ."

"സാരമില്ല മോനെ. ഒക്കെ എന്റെ നിർഭാഗ്യാ. ഇങ്ങനെയൊരു ദുരിതം ഏറ്റുവാങ്ങാനാണല്ലോ മോനിത്ര ദൂരെ വന്ന്.... മോൻ പേടിക്കേണ്ട. എല്ലാം കുട്ടപ്പേട്ടൻ ചെയ്തോളാം. കുഞ്ഞാപ്പൂന്റെ ഓപ്പറേഷനുള്ള പണം ഞാൻ കെട്ടിയിട്ടുണ്ട്. മോൻ സാവധാനം...."

ഇങ്ങനെയൊക്കെ സംഭവിച്ചിട്ടും...!

കേട്ടുനില്ക്കാനായില്ല. ഞാൻ വേഗം ഫോൺ കട്ട് ചെയ്തു. പിന്നെ ശബ്ദമില്ലാതെ കരഞ്ഞു. മോളെന്റെ നെഞ്ചകത്തേക്ക് ചാഞ്ഞിരുന്നു. ഭാര്യ മുടിയിഴകളിൽ തലോടി.

കുട്ടപ്പേട്ടൻ തീവ്രമായെന്തെങ്കിലും ചീത്ത പറഞ്ഞിരുന്നെങ്കിലെന്ന് ഞാനാത്മാർത്ഥമായി ആഗ്രഹിച്ചുപോയി.

ചില എഴുത്തുവിശേഷങ്ങൾ

ഏതാനും കഥകൾ എഴുതി പ്രസിദ്ധീകരിച്ചു കഴിഞ്ഞപ്പോൾ എല്ലാ പുതുക്കക്കാരേയും പോലെ എനിക്കും തോന്നി ഒരു പുസ്തകം പ്രസിദ്ധീകരിക്കണമെന്ന്. വെറും എട്ടോ, പത്തോ കഥകളെ അപ്പോൾ എഴുതിയിട്ടുള്ളൂ. ഒരു സമാഹാരമാക്കാൻ അതുമതിയല്ലോ. ഞാനന്ന് എനിക്കറിയാവുന്ന ഒരേയൊരു സാഹിത്യകാരനായ പി സുരേന്ദ്രൻ മാസ്റ്ററോട് ആഗ്രഹം അവതരിപ്പിച്ചു. അദ്ദേഹം കഥകളൊക്കെ വായിച്ചു വിലയിരുത്തി: "നിനക്ക് ഭാഷയൊക്കെയുണ്ട്. പക്ഷേ, വായനയുടെ കുറവുണ്ട്. അതായത് ഒരെഴുത്തുകാരൻ എന്ന നിലയിൽ കലാവിദ്യകൾ മനസ്സിലാക്കുന്ന രീതിയിലുള്ള വായനയുടെ കുറവ്. വെറുതെ വായിച്ചാൽ പോരാ. ഒരു കഥ അല്ലെങ്കിൽ നോവൽ എങ്ങനെയാണ് രചയിതാവ് സൃഷ്ടിച്ചിരിക്കുന്നത്? വാക്യങ്ങളുടെ ഘടന, ചിഹ്നങ്ങളുടെ പ്രയോഗങ്ങൾ, എഡിറ്റിങ്, കഥയുടെ സ്വാഭാവികത, ശൈലി ഇതൊക്കെ ശ്രദ്ധിക്കണം. അങ്ങനെ ഒരഞ്ചുവർഷം വായിച്ചു വാ. അപ്പോൾ നോക്കാം പുസ്തകമൊക്കെ."

പിന്നീട് കൃത്യം അഞ്ചുവർഷം കഴിഞ്ഞാണ് ഇക്കാര്യവുമായ് ഞാനദ്ദേഹത്തിന്റെ പക്കൽ ചെന്നത്. ആ അഞ്ചുവർഷക്കാലം ധാരാളം വായിച്ചെങ്കിലും അധികം എഴുതാൻ സാധിച്ചില്ല. കാരണം രണ്ടു നിലകളുള്ള ഒരു സ്കൂൾകെട്ടിടവും ആ വ്യക്തിയുടെതന്നെ 7500 ചതുരശ്ര അടി വിസ്തീർണ്ണമുള്ള ഒരു ആഡംബരവീടിന്റേയും നിർമ്മാണവുമായി ഏറെ തിരക്കിലായിപ്പോയി. രാവും പകലും പണിതന്നെ! സാമ്പത്തികമെച്ചമൊക്കെയുണ്ട്. നാലുവർഷം അതിൽമാത്രം ശ്രദ്ധ കേന്ദ്രീകരിക്കേണ്ടിവന്നു. എന്നാലും വായനയിൽ വിട്ടുവീഴ്ച ചെയ്തില്ല. മാഷ് പറഞ്ഞതു മനസ്സിലുണ്ട്. ആ കരാർ തീർന്ന മുറയ്ക്ക് ഞാൻ ഒരു മാസം ലീവെടുത്ത് വിശ്രമിച്ചു. പിന്നെ ദീർഘകാലം കമ്മിറ്റ്മെന്റുകളുള്ള കരാറുകളിൽ

നിന്ന് മാറിനിന്നു. കഥയെഴുത്തു തുടങ്ങി. ചിലതെല്ലാം അച്ചടിച്ചുവന്നു. അപ്പോൾ പഴയ മോഹം വീണ്ടും മൊട്ടിട്ടു. ഗ്രന്ഥകാരനാകുക!

ഞാൻ പന്ത്രണ്ട് കഥകളുടെ കൈയെഴുത്തുപ്രതിയുമായാണ് സുരേന്ദ്രൻമാഷെ പോയി കണ്ടത്. അദ്ദേഹം സമ്മതം മൂളി. നിർബ്ബന്ധമാണെങ്കിൽ ഒരു കഥാസമാഹാരമൊക്കെ ആവാം. പക്ഷേ, ആര് പബ്ലിഷ് ചെയ്യും മാഷെ? ഞാനെന്റെ ആശങ്ക അറിയിച്ചു. ആര് ചെയ്യാൻ? സ്വയം പണമിറക്കി അച്ചടിക്കുകതന്നെ. അദ്ദേഹം തുറന്നടിച്ചു. ആൾ അവതാരിക എഴുതിത്തരാമെന്നും പുസ്തകപ്രകാശനം നിർവ്വഹിക്കാമെന്നും ഏറ്റു. പിന്നീട് ഞാൻ പല പബ്ലിഷേഴ്സിനും കഥാസമാഹാരത്തിന്റെ സ്ക്രിപ്റ്റ് അയച്ചുകൊടുത്തു. പലതും അയച്ചതിനേക്കാൾ തിടുക്കത്തിൽ മടങ്ങിവന്നു. ആ മോഹം വേണ്ട!

അങ്ങനെയിരിക്കെ പത്രത്തിലൊരു വാർത്ത. എന്റെ പട്ടണത്തിൽ ഒരു യുവകഥാകൃത്തിന്റെ പുസ്തകപ്രകാശനം നടക്കാൻ പോകുന്നു. നോവലിസ്റ്റ് സി രാധാകൃഷ്ണനാണ് പ്രകാശനകർമ്മം നിർവ്വഹിക്കുന്നത്. അതിൽ പങ്കെടുക്കണം. ഞാനുറച്ചു. ആ ദിവസം നേരത്തെതന്നെ ചെന്നു. പത്തിരുപതുപേരെയുള്ളൂ. ചടങ്ങും പ്രസംഗവുമൊക്കെ കഴിഞ്ഞു. ഞാൻ പുസ്തകത്തിന്റെ ഒരു കോപ്പി വാങ്ങി. അതിന്റെ പബ്ലിഷറും ചടങ്ങിൽ സംബന്ധിച്ചിരുന്നു. കോഴിക്കോടുള്ള പബ്ലിഷറാണ്. കോഴിക്കോട് ഒരുപാട് പബ്ലിഷേഴ്സുണ്ട്. അവരുടെയൊക്കെ നിരവധി പുസ്തകങ്ങൾ ഞാൻ വായിച്ചിട്ടുമുണ്ട്. പക്ഷേ, ഇങ്ങനെയൊരു പബ്ലിഷിങ് കമ്പനിയുടെ പേര് കേട്ടിട്ടേയില്ല. ഞാനയാളെ പരിചയപ്പെട്ടു. വളരെ നല്ല പെരുമാറ്റം. എന്റെ ആഗ്രഹം പറഞ്ഞപ്പോൾ നല്ല പ്രോത്സാഹനം. നമുക്കുടനെ ഇറക്കാമല്ലോ എന്നായി അയാൾ. അവിടെ വെച്ചുതന്നെ ഞാൻ സ്ക്രിപ്റ്റ് കൈമാറി. അഞ്ചുമിനിറ്റ് നേരത്തെ കണ്ണോടിക്കലിന് ശേഷം മൂപ്പർ സാക്ഷ്യപ്പെടുത്തി: ഉഗ്രൻ കഥകൾ! എനിക്ക് നിർവൃതി.

തുകയുടെ കാര്യവും അയാളപ്പോൾ തന്നെ കൂട്ടി പറഞ്ഞു. 500 കോപ്പിയാണ്. വൈകണ്ട, ഉടനെ പൈസ അയച്ചുതരാൻ പറഞ്ഞു. ഞാനതനുസരിക്കുകയും ചെയ്തു. എന്നിട്ട് പുസ്തകം അച്ചടിച്ചുവരുന്നതും സ്വപ്നം കണ്ടിരുന്നു. ആ പുസ്തകം ഇറങ്ങുന്നതിന്റെ പിറ്റേന്നാൾ മുതൽ കഥാകൃത്തായി സാംസ്കാരികലോകം എന്നെ അംഗീകരിക്കും എന്നാണ് ധാരണ.

രണ്ടുമൂന്ന് ദിവസങ്ങൾ കഴിഞ്ഞ് ലൈബ്രറിയിൽ വെച്ച് പുസ്തകം പ്രസിദ്ധപ്പെടുത്തിയ കഥാകൃത്തിനെ കണ്ടുമുട്ടി. ഞാൻ വിവരങ്ങളെല്ലാം അവതരിപ്പിച്ചപ്പോൾ അതുവേണ്ടിയിരുന്നില്ല എന്നയാൾ സൂചിപ്പിച്ചു. എന്താ കാര്യം? നിങ്ങൾ പണം കൊടുത്തില്ലേ ഇനി മുന്നോട്ടുതന്നെ പോകൂ എന്നായി കഥാകൃത്ത്.

ഉടനെയിറക്കാം എന്നാണ് പ്രസാധകൻ ഏറ്റതെങ്കിലും അങ്ങനെയൊന്നുമുണ്ടായില്ല. അഞ്ചാറുമാസം ഫോണിൽ ഞാനയാളുടെ പിറകെ തന്നെ. അവരുടെ കമ്പനിക്ക് കുറേയേറെ പുസ്തകങ്ങൾ ചെയ്യാനു

ണ്ടത്രെ! തിരക്കുള്ള പ്രസാധകനാവും. അതാണ്. അങ്ങനെ ഒരുനാൾ അയാൾ പുസ്തകത്തിന്റെ പ്രൂഫ് അയച്ചുതരുന്നു. അത് തിരുത്തി അയച്ചാൽ ഉടനെ പുസ്തകം വരും. തിരുത്തൽ വളരെ ശ്രമകരമായിരുന്നു. അത്രയേറെയാണ് പിഴവുകൾ! ഞാൻ പ്രൂഫ് അയച്ചതിന്റെ ഒരാഴ്ച കഴിഞ്ഞ് പബ്ലിഷറുടെ വിളി വന്നു. പുസ്തകം അച്ചടിച്ചുകഴിഞ്ഞു. കോഴിക്കോട് വന്നു കൊണ്ടുപോയ്ക്കോളിൻ. അപ്രകാരം ചെന്നു. കുറച്ചു പൈസ ബാലൻസ് കൊടുക്കാനുണ്ടായിരുന്നു. അത് വാങ്ങി കൃത്യമായെണ്ണിനോക്കിയതിന് ശേഷമാണ് പ്രസിലേക്ക് കൊണ്ടുപോയത്. 400 പുസ്തകങ്ങൾ കെട്ടാക്കി തന്നു. 100 എണ്ണം പുള്ളി വില്ക്കും. ഞാനെന്റെ ആദ്യ സന്താനത്തെ അരുമയോടെയെടുത്ത് തഴുകി. ഏറ്റവും മോശം പേജുകളായിരുന്നു. എന്നാലും കവറൊക്കെ രസമുണ്ട്. പി സുരേന്ദ്രന്റെ അവതാരികയിലെ ഒരു ഭാഗം ബ്ലർബായി കൊടുത്തിരുന്നു. ചാരിതാർത്ഥ്യമായി. പബ്ലിഷിങ് ഓഫീസ് കാണണമെന്നാഗ്രഹമുണ്ടെന്നായി ഞാൻ. പറ്റുമെങ്കിൽ കുറച്ചു പുസ്തകങ്ങളും വാങ്ങാം. പിന്നൊരിക്കലാവാം, ഇപ്പോൾ തിരക്കുണ്ടെന്ന് പറഞ്ഞ് പ്രസാധകൻ അതു തള്ളി.

ഞാൻ പുസ്തകങ്ങളുമേറ്റി മടങ്ങി. നന്ദി പറഞ്ഞു പിരിയുമ്പോൾ അടുത്ത പുസ്തകം നമുക്കുടനെ ചെയ്യണമെന്നായിരുന്നു പ്രസാധകന്റെ പ്രതിവചനം.

വീട്ടിലെത്തി തിടുക്കത്തിൽ ഒരു കോപ്പിയെടുത്ത് മുറിയിൽ കയറി ഞാൻ എന്റെ പുസ്തകം വായിക്കാനാരംഭിച്ചു. ആദ്യത്തെ ഖണ്ഡിക വായിച്ചപ്പോൾ നെഞ്ചിലൊരു കൊളുത്തലുണ്ടായി. ഒരു ചോരവര! അക്ഷരത്തെറ്റ്; തെറ്റോടു തെറ്റ്. ഒരു പേജു വായിച്ചപ്പോൾ തന്നെ മതിയായി. തുടർന്ന് വായിക്കാനുള്ള ധൈര്യമുണ്ടായില്ല. ഞാനിരുന്ന് കിതച്ചു. സ്കൂളിൽ പഠിക്കുന്ന കാലത്ത് ഒരു കാര്യത്തിൽ വീട്ടുകാർക്കും അദ്ധ്യാപകർക്കും അതിയായ കണിശതയുണ്ടായിരുന്നു. മാതൃഭാഷയിലെ അക്ഷരപ്പിഴവുകൾക്ക് വലിയ ശിക്ഷയായിരുന്നു തന്നിരുന്നത്. അക്ഷരപ്പിഴവുകൾ വരുത്തുക എന്നാൽ അപമാനമാണക്കാലത്ത്. ഇന്ന് സോഷ്യൽ മീഡിയയൊക്കെ ആയപ്പോൾ അക്ഷരത്തെറ്റ് ആർക്കും ഒരു പ്രശ്നമേയല്ല. വലിയ വിദ്യാഭ്യാസമൊക്കെ നേടിയ മാമൻമാരുടെ ഭാഷയിലെ പ്രകടനം കാണുമ്പോൾ ആദ്യമൊക്കെ വേദനയും അതിശയവും അരിശവുമായിരുന്നു. ഞാനിതംഗീകരിക്കില്ല എന്നലറി, വ്യസനിച്ചു. ഒരു പുള്ളി പിഴച്ചാൽപ്പോലും ഗൗരവമായി ശാസിച്ചിരുന്ന എന്റെ ഭാഷാദ്ധ്യാപകരെ അപ്പോൾ ഞാൻ സ്മരിക്കും. ഈ മാമന്മാരെ ഏതൊക്കെ അദ്ധ്യാപകരാണാവോ വിദ്യ പഠിപ്പിച്ചത്?!

ഭീതിയോടെ ഞാനെന്റെ പുസ്തകത്തിന്റെ അടുത്ത താളിലേക്കു കടന്നു. തദൈവ! പിന്നെ ഇടയ്ക്കും തലയ്ക്കും താളുകൾ നോക്കി. ഒരു രക്ഷയുമില്ല. പുസ്തകത്തിന് പ്രൂഫ് ചെക്കിങ്ങേ നടന്നിട്ടില്ല എന്ന് മനസ്സിലായി. ഞാനെന്റെ പുസ്തകം മുന്നിലെ കണ്ണാടിയിലേക്ക് വലിച്ചെറിഞ്ഞു. എന്നിട്ട് കമിഴ്ന്നുകിടന്ന് കരഞ്ഞു.

കുറച്ചുകഴിഞ്ഞ് എണീറ്റ് പ്രസാധകന് ഫോൺ ചെയ്തു. കണക്കിന് കൊടുക്കണം. പക്ഷേ, ആളെ കിട്ടിയില്ല. ഞാനെന്റെ മനഃപ്രയാസത്തെ ഒഴുക്കിക്കളയാൻ പുഴയിലേക്ക് പോയി. അതാണ് പതിവ്. കുറേനേരം വെള്ളത്തിൽ കിടന്ന് മടങ്ങി. സങ്കടത്തിന് ആക്കമുണ്ട്. ഇതിലും വലിയ എത്രയോ വേദനകളെ അഭിമുഖീകരിച്ചിരിക്കുന്നു. ഇതൊരു ചീള്! പോട്ടെ, അടുത്തതിൽ ശരിയാക്കാം. അനുഭവമാണല്ലോ ഗുരു.

ആ തവണ വിളിച്ചപ്പോൾ പ്രസാധകനെ കിട്ടി. എങ്ങനെയുണ്ട് പുസ്തകം? അയാൾ തിരക്കി. ഞാൻ വളരെ ശാന്തമായി മറുപടി പറഞ്ഞു: നന്നായിരിക്കുന്നു. അൻപതുശതമാനം അക്ഷരത്തെറ്റുകളുള്ള വളരെ നല്ല പുസ്തകം! നന്ദിയുണ്ട്. പിന്നെയൊരു വാഗ്വാദമുണ്ടായി....

വികലാംഗനായ എന്റെ കന്നിസന്തതിയെ വായിച്ച മിക്കവരും ഒരേ കാര്യം ആവർത്തിച്ചു: ഒരു തുടക്കക്കാരൻ എന്ന നിലയിൽ വിലയിരുത്തുമ്പോൾ ഭേദപ്പെട്ട കഥകൾ തന്നെയാണിതെല്ലാം. പക്ഷേ, ഇത്രയും അക്ഷരപ്പിശാചുകൾ.....! അത് ക്ഷമിക്കാവുന്നതല്ല.

പിന്നെയറിഞ്ഞു. അയാൾ ഒരു തട്ടിപ്പു പ്രസാധകനായിരുന്നു. ആൾക്ക് ഓഫീസോ, വിപണനശൃംഖലയോ യാതൊന്നുമുണ്ടായിരുന്നില്ല. വായ്പ്പുട്ട് മാത്രമാണ് മൂലധനം. തുടക്കക്കാരായ എഴുത്തുകാരുടെ അഭിനിവേശത്തെ മുതലെടുക്കുന്ന ഫ്രോഡ്. ഇത് ഇന്നും ഇന്നലെയും തുടങ്ങിയതല്ല, വർഷങ്ങളായി പുള്ളി ഫീൽഡിലുണ്ടത്രെ!

രസം അതല്ല. പിന്നീട് എന്നെപ്പോലെ ആളുടെ വലയിൽ വീഴുന്നവരുടെ പുസ്തകത്തിന്റെ ഓരോ കോപ്പി അയാളെനിക്കയച്ചുതരും. അയാൾ തന്റെ കലാപരിപാടി നിർബ്ബാധം തുടർന്നുകൊണ്ടിരിക്കുന്നു എന്നതിന്റെ സാക്ഷ്യം. അങ്ങനെ കിട്ടിയ ഒരു പുസ്തകം കണ്ടെനിക്കതിശയം തോന്നി. ഒരു ഡസനോളം കഥാപുരസ്കാരങ്ങൾ കിട്ടിയ മെച്ചപ്പെട്ട ഉദ്യോഗമൊക്കെയുള്ള ഒരു മാന്യവ്യക്തി...!

കുറച്ചു വർഷങ്ങൾ കഴിഞ്ഞപ്പോൾ ആ 'പ്രസാധക'ന്റെ പുസ്തകങ്ങൾ അയച്ചുകിട്ടാതായി. തന്റെ 'തൊഴിൽ' അയാൾ നിർത്തിയോ, എന്തോ!?

ഇന്ന് ലൈബ്രറി കൗൺസിലിന്റെ പുസ്തകമേളകളിൽ പോകുമ്പോൾ ഇതുവരെ ഒരിക്കലും കേൾക്കാത്ത പബ്ലിഷേഴ്സിന്റെ നിരവധി സ്റ്റാളുകൾ കാണാം. വിചിത്രമാണവരുടെയൊക്കെ പേരുകൾ. വ്യക്തിത്വമുള്ള ഒരെഴുത്തുകാരന്റെയും കൃതികൾ ആ സ്റ്റാളുകളിൽ ഉണ്ടാവില്ല. മുഴുവൻ പുതിയ എഴുത്തുകാരെ ചൂഷണം ചെയ്യുന്ന തകരകൾ.... പുറംചട്ടയിലെ ആ ഗ്രന്ഥകാരന്മാരുടെ ഫോട്ടോകൾ കാണുമ്പോൾ സങ്കടം തോന്നും. അവർ യാഥാർത്ഥ്യബോധത്തിലേക്കുണരുമ്പോഴേക്കും പുതുക്കക്കാരുടെ അടുത്ത നിരവരും. കാക്കത്തൊള്ളായിരം എഴുത്തുകാർക്ക് കാക്കത്തൊള്ളായിരം പ്രസാധകർ. പുസ്തകപ്രസാധനത്തിന് ചില മാനദണ്ഡങ്ങൾ വെക്കേണ്ട കാലമൊക്കെ എന്നോ അതിക്രമിച്ചു.

ആനുകാലികങ്ങളിലോ, മറ്റോ പ്രസിദ്ധപ്പെടുത്താതെ നേരിട്ട് പുസ്തകമാക്കുന്നവരാണിപ്പോഴത്തെ എഴുത്തുകാരധികവും. എഴുതിത്തുടങ്ങി ഒരു വർഷത്തിനുള്ളിൽത്തന്നെ പുസ്തകം വരും. എന്നിട്ട് മിഥ്യാലോകത്ത് വിഹരിക്കും. മിക്കവാറും അവരെ സഹായിക്കാൻ നാട്ടിലെ സാംസ്കാരിക സംഘടനകളോ, കൂട്ടായ്മകളോ ഉണ്ടാകും. എഴുതി ഭാഷ തെളിയാനോ, ശൈലി രൂപപ്പെടുത്താനോ, വായനയുടെ വിപുലതയ്ക്കോ കൂട്ടാക്കാത്ത ക്ഷമയില്ലാത്ത എഴുത്തുകാരാണധികവും. അല്ലാത്തവർ ന്യൂനപക്ഷമാണ്. ഇക്കാലത്ത് ഒരു പുസ്തകം നാമൊരാൾക്ക് സമ്മാനിച്ചാൽ ആ ആൾ ആദ്യം നോക്കുക അതിന്റെ പിൻചട്ടയാണ്. ആരാണ് പബ്ലിഷർ? അതിൽ നിന്നുതന്നെ ചില സംഗതികൾ ഗണിക്കും. എന്നിട്ട് ചിലപ്പോൾ പറയും. ഇതു നിങ്ങൾ തന്നെ പണം കൊടുത്തിറക്കിയതല്ലേ. ഇതിലെന്തുകാര്യം? പിന്നെ അവർക്കാ പുസ്തകം ഭാരമായിരിക്കും.

ഈയടുത്ത് ഞാൻ പറവൂരിൽ ഒരവാർഡ് സ്വീകരിക്കാൻ പോയപ്പോൾ എഴുപതിലേറെ പുസ്തകങ്ങൾ പബ്ലിഷ് ചെയ്ത യുവയെഴുത്തുകാരനെ പരിചയപ്പെട്ടു. അതിലും അത്ഭുതകരമായ മറ്റൊരു വിശേഷവും അവിടെ കണ്ടു. പുരസ്കാര സമർപ്പണത്തിനുശേഷം പുസ്തകപ്രകാശനവുമുണ്ടായിരുന്നു. യു കെ ജിയിൽ പഠിക്കുന്ന ഒരു കുട്ടിയുടെ കവിതാസമാഹാരം! നല്ല പ്രോത്സാഹനം. അക്ഷരം എഴുതാൻ ആ കുട്ടിക്ക് വശമായിട്ടില്ല. കുട്ടി ഈണത്തിൽ കവിത ചൊല്ലുമത്രെ! അമ്മ അത് പകർത്തിയെടുക്കും. അങ്ങനെ അകാലത്തിൽ ഒരു ഗ്രന്ഥം പിറന്നു. ഇതൊക്കെയാണ് സാംസ്കാരികലോകത്തെ നവകാല പ്രവണതകൾ.

പണംകൊടുത്ത് പുസ്തകമിറക്കണ്ട എന്ന് ഒരു ഘട്ടത്തിൽ ഞാൻ തീരുമാനമെടുത്തു. അങ്ങനെ ചെയ്യുന്നത് അപരാധമാണെന്ന് സ്ഥാപിക്കുകയല്ല. ആ രീതിയിൽ വന്ന നല്ല പുസ്തകങ്ങളുമുണ്ട്. ആ തീരുമാനം പക്വമായ നിലപാടായിരുന്നെന്ന് ഇന്നും ഉറച്ച ബോദ്ധ്യമുണ്ട്. അതുകാരണം സ്വാഭാവികമായി എന്റെ പുസ്തകം വരാൻ ദീർഘമായ കാലയളവെടുത്തു. അതിൽ ഖേദമില്ല. ഇനി ഒരുപക്ഷേ, പുസ്തകം ഇറങ്ങിയില്ലെന്നും വരാം. പുസ്തകങ്ങൾ തുരുതുരാ വരുന്നതിലല്ല, പ്രമേയ വൈവിദ്ധ്യങ്ങളിലാണ് കാര്യം. സ്ക്രിപ്റ്റ് പ്രസാധകനയക്കുന്നതിന് മുമ്പ് പലവട്ടം ചിന്തിക്കണം. ഈ കൃതികൊണ്ട് വായനക്കാർക്കെന്തെങ്കിലും ഗുണമുണ്ടാകുമോയെന്ന്.

പുസ്തകമലിനീകരണമാണിന്നേറെയും. അതുകൊണ്ട് പ്രകൃതിക്കും സമൂഹത്തിനും ദോഷം മാത്രം.

അക്ഷരം കൂട്ടിയെഴുതാൻ അറിയുന്നവർക്കെല്ലാം മേയാനുള്ള ഇടമല്ല സാഹിത്യരംഗം. അതിനായി പ്രകൃതി സൃഷ്ടിച്ച, നോവും വേവും ഏറ്റ്, പീഡകളും അനുഭവങ്ങളും താണ്ടി, ഭാഷയെ രാകിമിനുക്കിയ കൃതഹസ്തരുണ്ട്. എഴുത്തുകാരാകാൻവേണ്ടി ജനിച്ചവർ! ഏതു തടസ്സങ്ങളെയും അതിജീവിച്ച് അവർ വരും. അവരുടെ വാക്കുകൾ വെള്ളത്തിൽ വരച്ച വരകളല്ല, ജീവിതപ്പൊരുളുകൾ ആവാഹിച്ച തങ്കലിപികളായി

രിക്കും.

ആർക്കും എഴുതാം, ആർക്കും പാടാം. അത് ജനാധിപത്യം. അതൊക്കെ കലയാണെന്ന് ശഠിക്കരുതെന്ന് മാത്രം.

കുറച്ചുകൊല്ലം മുമ്പ് എസ് എസ് എൽ സി പൊതുപരീക്ഷയ്ക്ക് എന്റെ ഗ്രാമത്തിലെ സ്കൂളിൽ ഒരേ ഒരാൾ തോറ്റു! ആ കുട്ടിയെ കാണാനൊരു കൗതുകമുണ്ടായി. ജയിക്കുന്നതിന്നൊരു പുതുമയല്ലല്ലോ. അതുപോലെ വർഷങ്ങളായി എഴുതുകയും നല്ല പ്രതിഭയുള്ളവരും, എന്നാൽ പുസ്തകം പ്രസിദ്ധപ്പെടുത്താത്തവരുമായ എഴുത്തുകാരുണ്ട് നമ്മുടെ സാംസ്കാരികലോകത്ത്. അവരെ കാണുമ്പോൾ ബഹുമാനം തോന്നും. കാലാന്തരത്തിൽ അവർക്കതൊരു ബഹുമതിയായിത്തീരാനും മതി. നന്ദി.

ഓട്ടോഗ്രാഫ്

ആയിരത്തിത്തൊള്ളായിരത്തി തൊണ്ണൂറ്റി മൂന്ന് - തൊണ്ണൂറ്റി നാല് അദ്ധ്യയന വർഷം. എസ് എസ് എൽ സിയുടെ അവസാനപാദം. പൊതു പരീക്ഷയ്ക്കിനി ഒന്നരമാസമേയുള്ളൂ. ഗ്രാമത്തിലെ വേണ്ടത്ര അദ്ധ്യാപകരോ, സൗകര്യമോ ഇല്ലാത്ത ഒരു സാധാ ഗവ: സ്കൂൾ. ജയിക്കുമെന്ന പ്രതീക്ഷയോ, സ്വപ്നമോ ഭൂരിഭാഗം വിദ്യാർത്ഥികൾക്കുമില്ല. പത്തിൽ താഴെ പേരാണ് അക്കാലം, ഞാൻ പഠിച്ചിരുന്ന സ്കൂളിൽ എസ് എസ് എൽ സി ജേതാക്കളായുണ്ടാകുക. പരിഷ്കാരം കുറവെങ്കിലും ഓട്ടോഗ്രാഫ് സമ്പ്രദായം എന്റെ സ്കൂളിലുമുണ്ട്. വിദ്യാഭ്യാസജീവിതത്തിന്റെ അവസാനമായിരുന്നു ഞങ്ങൾ മിക്കവർക്കും എസ് എസ് എൽ സി. പരിസരത്തുള്ള കടകളിലെല്ലാം വിലകൂടിയതും കുറഞ്ഞതും പകിട്ടാർന്നതുമൊക്കെയായ ഓട്ടോഗ്രാഫ് തൂങ്ങിക്കിടപ്പുണ്ട്. രണ്ടുരൂപ മുതൽ പത്തുരൂപവരെ വിലയുള്ളവ.

വിദ്യാർത്ഥികൾ ഏവരും ഓട്ടോഗ്രാഫ് വാങ്ങി പരസ്പരം കുത്തിക്കുറിക്കാൻ തുടങ്ങി. മുൻ വിദ്യാർത്ഥികളുടെ ക്ലീഷെയായ ചില വരികളുണ്ട്. അതനുകരിച്ചാണധികപേരും എഴുതുക. മംഗളകരമായ വൈവാഹികജീവിതം നേർന്നുകൊണ്ടുള്ള ആശംസകൾക്കും കുസൃതികൾ ഒളിപ്പിച്ചുവെച്ച കുറിപ്പുകൾക്കും പഞ്ഞമില്ല. എഴുതാൻ എനിക്ക് പിശുക്കാണ്. ഒന്നോ രണ്ടോ വരികളാണ് കുറിക്കുക. ഞാൻ സാമാന്യം പഠിക്കുന്ന കൂട്ടത്തിലുള്ള വിദ്യാർത്ഥിയായിരുന്നു; അങ്ങനെയൊരു പദവിയേല്ക്കാൻ സന്നദ്ധനായിരുന്നില്ലെങ്കിലും. സഹപാഠികളുടേയും അദ്ധ്യാപകരുടേയും നോട്ടത്തിൽ എസ് എസ് എൽ സി ജയിക്കാൻ സാദ്ധ്യതയുള്ള പഠിതാവാണ് ഞാൻ. അങ്ങനെയുള്ള വിദ്യാർത്ഥികളുടെ ഓട്ടോഗ്രാഫ് കുറിപ്പുകൾക്ക് മൂല്യമുണ്ട്; പ്രത്യേകിച്ച് പെൺകുട്ടികൾക്ക്. ആൺകുട്ടികൾ

പെൺകുട്ടികളുടെ ഓട്ടോഗ്രാഫിലെഴുതാൻ മുൻഗണന നല്കുന്നത് സുന്ദരിയാണോ എന്നു നോക്കിയാണ്. സുന്ദരിയല്ലാത്തവളുടെയും പഠിക്കാൻ മണ്ടിയായവളുടെയും ഓട്ടോഗ്രാഫിലെഴുതാൻ മിക്ക ആൺകുട്ടികൾക്കും താല്പര്യമില്ല. അനാരോഗ്യകരമായ മത്സരവും ജാതിബോധവുമൊക്കെ കുട്ടികളിൽപ്പോലും അന്തർല്ലീനമാണ്.

മറ്റുള്ളവരുടെ ഓട്ടോഗ്രാഫിൽ കുറിപ്പെഴുതുന്നുണ്ടെങ്കിലും ഞാൻ സ്വന്തമായി ഓട്ടോഗ്രാഫ് വാങ്ങിയിരുന്നില്ല. വേണ്ടാന്നുവെച്ചു. ജീവിതം വലിയൊരു സംഘർഷത്തിലൂടെയും എസ് എസ് എൽ സി പരീക്ഷയേക്കാൾ വലിയ പരീക്ഷണത്തിലൂടെയും കടന്നുപൊയ്ക്കൊണ്ടിരിക്കുകയായിരുന്നു. ഓട്ടോഗ്രാഫിന് വേണ്ടി എനിക്കച്ഛനോട് പണം ചോദിക്കാനാവില്ല! വേറെയും കാരണങ്ങളുണ്ട്.... എല്ലാത്തിനുമുപരി സ്വയം നീറ്റുന്നതിന്റെ ഒരു സുഖവും. അവസാനം എങ്ങനെയോ അത് ക്ലാസിൽ ചർച്ചയായി. പ്രദീപ് ഓട്ടോഗ്രാഫ് വാങ്ങിയിട്ടില്ല. ആ സമയം കരാറുകാരനായ എന്റെയച്ഛന് എന്റെ ക്ലാസ്മേറ്റായ ഷൈനിയുടെ വീട്ടിൽ മരാമത്തുപണികളുണ്ട്. ഷൈനി എങ്ങനെയോ എന്റെ അച്ഛനോടത് സൂചിപ്പിച്ചിരിക്കണം. പിറ്റേന്ന് അമ്മ കൈവശം എനിക്കച്ഛൻ അഞ്ചുരൂപ തന്നു; ഓട്ടോഗ്രാഫ് വാങ്ങാൻ. പകിട്ടില്ലാത്തതും ഏറ്റവും വിലകുറഞ്ഞതുമായ ഓട്ടോഗ്രാഫാണ് ഞാൻ വാങ്ങിയത്. ബാക്കി പണം വേറൊരു കാര്യത്തിനായി വകമാറ്റി. സഹതാപംകൊണ്ട് കൂടിയാവും എന്റെ ഓട്ടോഗ്രാഫിന് ഇരിക്കപ്പൊറുതി കിട്ടിയില്ല.

ഓട്ടോഗ്രാഫ് നിറഞ്ഞപ്പോൾ കാര്യമായ ആഹ്ലാദമൊന്നും തോന്നിയില്ല. ആ സന്ദർഭത്തിൽ ഒരു സംഭവമുണ്ടായി. ലീല എന്ന സഹപാഠി അവളുടെ ഓട്ടോഗ്രാഫ് എനിക്ക് തന്നു. അതെന്റേതുപോലെ പകിട്ടുകുറഞ്ഞതായിരുന്നു. എഴുതാനായി തുറന്നപ്പോൾ വിഷമമായി. അതിൽ മൂന്നോ നാലോ പേജിൽ മാത്രമേ കുറിപ്പുകളുള്ളൂ. ലീല എന്നെപ്പോലെ വൈകിയാണോ ഓട്ടോഗ്രാഫ് വാങ്ങിയത്. അല്ല! മുമ്പ് സൂചിപ്പിച്ച കാരണമാണ്. ലീല സുന്ദരിയല്ല, പഠിക്കാനോ മറ്റ് കാര്യങ്ങളിലോ മിടുക്കിയല്ല. എല്ലാത്തിനുമുപരി ദളിത് പെൺകുട്ടിയും.

ഞാനെഴുതി ആ ഓട്ടോഗ്രാഫ് എന്റെ ബെഞ്ച്മേറ്റ്സിന് പാസ് ചെയ്തു. ചിലർക്കതിലെഴുതാൻ താല്പര്യമില്ല. ചിലർ അർദ്ധമനസ്സോടെ പേരെഴുതി ഒപ്പിട്ടു. ഏറ്റവും ഖേദകരം ബെഞ്ചിൽ ലീലയുടെ വർഗ്ഗക്കാരനായ ഒരു സഹപാഠി അതിലെഴുതാൻ വിസമ്മതിച്ചതാണ്! അപ്പോൾ ജാതിബോധം മാത്രമല്ല മറ്റെന്തൊക്കെയോ ദുർവ്വിചാരങ്ങൾ കൂടി ചെറുതിലേ മുളപൊട്ടുന്നു എന്നത് വാസ്തവം. അക്കാലത്ത് എസ് എസ് എൽ സി പരീക്ഷയ്ക്ക് മുമ്പ് ഒരു ഡിക്ലറേഷനുണ്ട്. അന്നേരം ക്ലാസ്ടീച്ചറോട് ഏവരുടേയും മുന്നിൽ നിന്ന് ജാതിയും മതവും പറയണം. നായർ, ഈഴവ, മുസ്ലീം.... ഇതൊക്കെ കുട്ടികൾ നന്നായുച്ചരിക്കും. താണ ജാതിക്കാർ കുട്ടികൾ മറുപടി അപകർഷതയോടെ മന്ത്രിക്കും. എന്തുകൊണ്ടോ എന്നെ ബാധിക്കാത്ത കാര്യമായിട്ടും ഞാനപ്പോഴിരുന്ന് പൊരിയും.

ഞാനൊരു മുന്നോക്കസമുദായക്കാരനാണെങ്കിലും അന്നും ഇന്നും അതിന്റെ യാതൊരു ഇമേജും ഏറ്റിട്ടില്ല. ഇതുവരെ സാദ്ധ്യമായ ജീവിതത്തിൽ രൂപത്തിലും ഭാവത്തിലും നിലവാരത്തിലും വിദ്യാഭ്യാസ യോഗ്യതയിലും ജോലിയിലും പെരുമാറ്റത്തിലുമൊന്നും ഞാനൊരു മുന്നോക്കക്കാരനല്ല. നിന്നെ കണ്ടാൽ ഒരു നായരായി തോന്നുകയില്ല എന്ന് കളിയാക്കിയവരേറെ. അതിൽ വിഷമമില്ല.

ആ ഓട്ടോഗ്രാഫ് കാലത്ത് ആത്മാർത്ഥമായും ഏറെ ഇഷ്ടത്തോടും ഞാൻ കുറിപ്പെഴുതിയത് ലീലയുടെ ഓട്ടോഗ്രാഫിലാണ്. അതിൽ പൊടിഞ്ഞുപോയ കണ്ണീരിന്റെയും ആർദ്രതയുടെയും ഈർപ്പമുണ്ട്. ലീലയെ തമിഴ്നാട്ടിലേക്കാണ് വിവാഹം ചെയ്യിച്ചയച്ചത്; ഏറെ വൈകി. കാരണം...! ഇത് ഞങ്ങളുടെ നാട്ടിലെ ഒരു രീതിയാണ്. പ്രായമേറിയിട്ടും മംഗല്യ ഭാഗ്യം സിദ്ധിക്കാതെ നിത്യകന്യകയായി തുടരുന്നവർക്കിത് ഒരു രക്ഷപ്പെടലായിരിക്കാം. കുറ്റം പറയുകയല്ല, ഭർത്താവായി ചിലർക്ക് കിട്ടുന്നത് മദ്ധ്യവയസ്കരെയായിരിക്കും, ചിലപ്പോൾ രോഗികൾ, പുനർവിവാഹിതർ, ക്രിമിനലുകൾ.... അപൂർവ്വമായി നല്ല നിലയിലുള്ളവരെയും ജീവിത പങ്കാളിയായി കിട്ടിയ ഭാഗ്യവതികൾ ഉണ്ട്. സന്തോഷം. എന്നാലും ആ യുവതികളിൽ എന്നെ സംബന്ധിച്ച്, വേദനിപ്പിക്കുന്ന ഒരു ദൈന്യത നിഴലിക്കുന്നുണ്ട്. വിദൂരമായിടത്തേക്ക്, മറ്റൊരു ഭാഷ സംസാരിക്കുന്നിടത്ത്, വേറൊരു സംസ്കാരം പുലരുന്നിടത്ത്..... നിവൃത്തികേടുകൊണ്ടുമാത്രം ശിരസ്സ് കുനിക്കാൻ വിധിക്കപ്പെട്ട സോദരിമാർ. അസമത്വം ഈ ലോകത്തിന്റെ ദയാരഹിതമായ മുഖമുദ്രയാണ്!

ലീല ഇന്നില്ല! പ്രസവാനന്തരം രക്തസമ്മർദ്ദം കൂടി... അവൾക്ക് കിട്ടിയ ഹ്രസ്വമായ ദാമ്പത്യം സുഖകരമായിരുന്നോ എന്നെനിക്കറിയില്ല.

ലീലയുടെ പഴയാ ഓട്ടോഗ്രാഫ് ചിലപ്പോൾ പൊടിപടലങ്ങൾ പിടിച്ച പെട്ടിയിലോ, ഷെൽഫിലോ ജീവിച്ചിരിപ്പുണ്ടാകാം. അങ്ങനെയെങ്കിൽ അതിലെ നാലാമത്തേയോ, അഞ്ചാമത്തേയോ താളിൽ മോശം കൈയക്ഷരത്തിൽ ഇങ്ങനെയൊരു കുറിപ്പ് കാണാം:

'എത്രയും പ്രിയപ്പെട്ട സഹപാഠിക്ക്
സ്നേഹപൂർവ്വം,
പ്രദീപ് കെ പി
.../02/1994
ഒപ്പ്'

www.ingramcontent.com/pod-product-compliance
Lightning Source LLC
LaVergne TN
LVHW040824051026
849519LV00007BA/2738
* 9 7 8 9 3 9 0 3 0 1 6 9 0 *